सावित्रीबाई फुले पुणे विद्यापीठ–तृतीय वर्ष कला शाखेच्या (T.Y.B.A.)
२०२१–२२च्या सुधारित अभ्यासक्रमानुसार (CBCS पॅटर्न) लिहिलेले क्रमिक पुस्तक. तसेच महाराष्ट्रातील इतर सर्व विद्यापीठांना उपयुक्त.

इतिहास लेखनशास्त्राची ओळख

(सेमिस्टर ५)

Introduction to Historiography
(Semester V)

डॉ. अंबादास मंजुळकर

डॉ. दिगंबर सोनवणे

डायमंड पब्लिकेशन्स

इतिहास लेखनशास्त्राची ओळख (सेमिस्टर ५)
डॉ. अंबादास मंजुळकर, डॉ. दिगंबर सोनवणे
Itihas lekhanshastrachi olakh (Semester V)
Dr. Ambadas Manjulkar, Dr. Digambar Sonawane
पहिली आवृत्ती : २०२१
ISBN 978-93-91948-37-5

मुखपृष्ठ
शाम भालेकर

प्रकाशक
डायमंड पब्लिकेशन्स
२६४/३ शनिवार पेठ, ३०२ अनुग्रह अपार्टमेंट
ओंकारेश्वर मंदिराजवळ, पुणे-४११ ०३०
☎ ०२०-२४४५२३८७, २४४६६६४२
info@dpbooks.in
www.dpbooks.in

मनोगत

'इतिहासलेखनशास्त्राची ओळख' हे पुस्तक बी. ए. भाग – ३ या वर्गासाठी इतिहास स्पेशल पेपर क्रमांक तीन असून तो शैक्षणिक वर्ष २०२१–२२ पसून होत असलेल्या क्रेडिट सीस्टिम अभ्यासक्रमावर आधारित आहे. या पुस्तकामध्ये काही प्रकरणे नव्याने अंतर्भूत करण्यात आली आहेत. समस्यासूत्रण, इतिहासातील वस्तुनिष्ठता, गृहीतक, संशोधन कार्य, सांख्यिकी माहिती, अनुमान, संदर्भग्रंथांची यादी वगैरे भाग अभ्यासक्रमात नव्याने आला आहे म्हणून या पेपरचे स्वतंत्र पुस्तक लिहिणे आवश्यक झाले. या प्रस्तृत ग्रंथात इतिहासाचा अर्थ, व्याख्या, संदर्भ साधनांचे महत्त्व, संशोधनाची प्रक्रिया, समस्यासूत्रण, इतिहासातील वस्तुनिष्ठता, गृहीतके, संशोधन पद्धती, बहिरंग व अंतरंग परीक्षण, अन्वयार्थ, तळटीपा, संशोधन कार्य आदी संशोधनातील महत्त्वाच्या घटकांची माहिती देण्यात आली.

प्रस्तृत ग्रंथामध्ये आमच्या शिक्षण क्षेत्रातील अनुभवावरून हा ग्रंथ विद्यार्थी व अध्यापक वर्ग या दोहोंसाठी उपयुक्त व सोयीस्कर व्हावा या दृष्टिकोनातून अत्यंत सोप्या व सरळभाषेमध्ये महाराष्ट्रातील सर्व विद्यापीठांचा अभ्यासक्रम समोर ठेवून निर्माण केला आहे. परीक्षेच्या दृष्टिकोनातून जास्तीतजास्त उपयुक्त ठरावे याविषयी आम्ही काळजी घेतली आहे.

या प्रस्तृत पुस्तकाच्या प्रकाशनाची जबाबदारी 'डायमंड पब्लिकेशन्स' पुणे या संस्थेने उत्तम प्रकारे पार पाडलेली आहे. त्याबद्दल प्रकाशक दत्तात्रेय पाष्टे आणि त्यांचे सहकारी यांना धन्यवाद!

डॉ. अंबादास मंजुळकर
डॉ. दिगंबर सोनवणे

लेखक-परिचय

प्रा. डॉ. अंबादास मंजुळकर

(एम.ए., पीएच.डी.)

- श्री स्वामी विवेकानंद शिक्षण संस्था, कोल्हापूर, संचलित समाजभूषण गणपतराव काळभोर महाविद्यालय, लोणी-काळभोर, पुणे; राजे रामराव महाविद्यालय जत, जिल्हा-सांगली; तुळजाभवानी महाविद्यालय, तुळजापूर, जिल्हा उस्मानाबाद इत्यादी महाविद्यालयात १९९३ पासून इतिहास विषयाचे अधिव्याख्याता म्हणून कार्यरत.
- आंतरराष्ट्रीय-राष्ट्रीय व राज्यस्तरीय इतिहास परिषदांमधून शोधनिबंधांचे वाचन व सहभाग.
- आजवर २० ग्रंथ व ११ शोधनिबंध प्रकाशित.
- 'आंग्रे घराण्याचे मराठा राज्याला योगदान' या विषयावर पुणे विद्यापीठाची पीएच.डी. पदवी प्राप्त.
- सावित्रीबाई फुले पुणे विद्यापीठ एम.फील., पीएच. डी. (इतिहास) मार्गदर्शक.
- एम.फिल. व पदव्युत्तर विभाग (इतिहास) विषयाचे अध्यापन.

प्रा. डॉ. दिगंबर जनार्दन सोनवणे

(एम.ए., एम. फिल., पीएच.डी.)
इतिहास विभाग प्रमुख
श्री ज्ञानेश्वर महाविद्यालय, नेवासा, जि. अहमदनगर

- प्रा. डॉ. दिगंबर जनार्दन सोनवणे हे सध्या श्री ज्ञानेश्वर महाविद्यालय, नेवासा, जि. अहमदनगर येथे सहयोगी प्राध्यापक म्हणून कार्यरत आहेत. ते पीएच. डी. मार्गदर्शक आहेत. त्यांचे तीस शोधनिबंध प्रकाशित झाले आहेत. सहलेखकांबरोबर क्रमिक पुस्तकांचे लेखन केले आहे. त्यांना त्यांच्या सामाजिक व शैक्षणिक कार्याबद्दल विविध संस्थांचे चार पुरस्कार प्राप्त झाले आहेत.

अनुक्रम

प्रकरण
१

इतिहासाच्या व्याख्या, स्वरूप व व्याप्ती
(Meaning and Scope of History)

अ) **इतिहासाच्या व्याख्या, स्वरूप आणि व्याप्ती**
(Definition, Nature and Scope of History)
ब) **इतिहास आणि सामाजिकशास्त्रे**
(History and Social Science)
(राज्यशास्त्र, भूगोल, अर्थशास्त्र, समाजशास्त्र)
(Political Science, Geography, Economics, Sociology)

अ) इतिहास म्हणजे काय?

इतिहासाचा विषय जरी भूतकाळ असला तरी तो वर्तमानकाळाला मार्गदर्शक व भविष्यकाळासाठी दिशादर्शक ठरला आहे. मनुष्याने आपल्या वाटचालीत जो विकास केला आहे त्या विकासामधील महत्त्वपूर्ण व मानवी जीवनाला कलाटणी देणाऱ्या सर्व घटनांची नोंद इतिहासात घेतली जाते. मानवी संस्कृतीचा विकास हा मानवाच्या जीवनातील महत्त्वपूर्ण टप्पा आहे. कारण याठिकाणापासून मानवाने ऐतिहासिक कालखंडात प्रवेश केला.

१९व्या शतकापर्यंत इतिहास लेखनाकडे शास्त्र या दृष्टिकोनातून पाहिले जात नव्हते. परंतु, १९व्या शतकानंतर इतिहास हा शास्त्रीय दृष्टिकोन व शास्त्रीय नियमांचा अवलंब करून लिहिला जाऊ लागला. त्याचबरोबर इतिहास लेखनात आमूलाग्र बदल होऊन भूतकाळाशी असणारी मानवीय जिज्ञासापूर्ती वास्तवाशी जोडली गेली. प्रत्येक कालखंडातील इतिहासकारांनी इतिहास लेखनाची आवश्यकता प्रतिपादित केली आहे.

इतिहास हा त्या समाजाला, राष्ट्राला वर्तमानकाळात व भविष्यकाळात

साहाय्यकारी ठरतो. कारण इतिहासामध्ये फक्त घटनांची नोंद नसते, तर त्या घटनांचा अन्वयार्थ लावून त्यांच्या कारणांचा, परिणामांचा आढावा घेतला जातो.

इतिहासाचा अर्थ व व्याख्या

इतिहासाचा अर्थ :

इतिहास हा शब्द इति + हा + आस या संयोगातून बनलेला आहे. याचा अर्थ 'असे असे घडले' असा आहे. इंग्रजीमध्ये असणाऱ्या History शब्दाला ग्रीक भाषेत Istoria असा शब्द आहे. ज्याचा अर्थ शोध, चौकशी, माहिती होय. हा शब्द युनानमध्ये न्यायनिवाडा करणाऱ्या विशेषज्ञाबद्दल होता. History या शब्दाचा प्रथम वापर हिरोडोट्स या इतिहासकाराने ग्रीक व पार्शिया युद्धाची हकीकत लिहीत असताना केला म्हणून हिरोडोट्सला Father of History म्हणतात. जर्मन भाषेत इतिहासाला 'गेश्चिते' हा शब्द वापरला जातो. याचा अर्थ 'काय घडले?' असा आहे.

इतिहासाची व्याख्या :

इतिहासाची सर्वमान्य होईल अशी व्याख्या करणे सोपे नाही. इतिहासाचे क्षेत्र विस्तारित आहे म्हणूनच चार्लस् फर्थ यासारख्या इतिहासकाराने म्हटले आहे की, 'इतिहासाची व्याख्या करणे सुलभ कार्य नाही' (History is not easy to define) इतिहास म्हणजे काय? What is History? हा ग्रंथ इ. एच. कार या इतिहासकाराने लिहिला आहे. ज्यामध्ये त्याने इतिहासाबद्दल जे मत प्रतिपादित केले आहे ते महत्त्वपूर्ण आहे. इतिहासाची व्याख्या करताना Person (व्यक्ती), Period (काळ), Place (स्थळ) व Event म्हणजे (घटना) या चारींच्या संबंधांचा अर्थ म्हणजे इतिहास होय. खाली आपण काही विद्वानांच्या व्याख्या पाहू या.

पाश्चात्त्य विद्वानांच्या दृष्टिकोनातून इतिहासाची व्याख्या

१) **हिरोडोट्स :** 'भूतकाळातील मनोरंजक आणि संस्मरणीय घटनांचा शोध म्हणजेच इतिहास', अशी व्याख्या केली आहे, त्याने इतिहासामध्ये मनोरंजक व संस्मरणीय घटनांना प्राधान्य दिले.

२) **हेन्री ब्लॉच :** 'इतिहास म्हणजे विशिष्ट काळातील मानवाचे शास्त्र होय'. हेन्री ब्लॉच याने काळाला महत्त्वपूर्ण मानले.

३) **हॅप्पोल्ड :** 'इतिहास हा अनुभवाचा नंदादीप आहे'. हॅप्पोल्ड या इतिहासकाराने अनुभवाला महत्त्वपूर्ण स्थान दिले.

४) **बर्कट :** प्रसिद्ध विचारवंत बर्कट यांच्या मतानुसार 'ज्या भूतकाळातील घटना तद्नंतरच्या युगात नोंद होण्यालायक असतात त्यांचा वृत्तांत म्हणजे इतिहास.'

५) **ऑक्सफर्ड इंग्रजी शब्दकोष :** 'इतिहासात देश, समाज आणि मानवासंबंधी सर्व घटनांचा उल्लेख', अशी व्याख्या केली आहे.

६) **हर्डर :** 'इतिहास म्हणजे घटनांची साखळी'. हर्डर या जर्मन इतिहासकाराने इतिहासामध्ये घटनेला व त्या घटनेतील साखळीला म्हणजेच सहसंबंधाला महत्त्व दिले आहे.

७) **कार्ल मार्क्स :** 'आजपर्यंतचा इतिहास म्हणजे दुसरे काही नसून केवळ वर्गसंघर्ष होय.' मार्क्सने वर्गसंघर्षाला महत्त्वपूर्ण स्थान दिले आहे.

८) **सर जॉन सिलोनी :** 'वर्तमान राजकारण हा भावी इतिहास व गतकालीन राजकारण हा आजचा इतिहास', अशी काळानुरूप राजकारणावर आधारित इतिहासाची व्याख्या त्यांनी केली.

९) **ई.ए. कार :** 'वर्तमान व भूतकाळ यांच्यामधील कधीही न संपणारा संवाद म्हणजे इतिहास होय.'

१०) **सर अर्नाल्ड टॉयन्बी :** 'इतिहास म्हणजे इतर काही नसून संस्कृतीचा उदय व अस्त आहे'. टॉयन्बीने जगातील संस्कृतींचा अभ्यास करून ही व्याख्या केली आहे.

११) **प्रो. नेव्हीस :** 'इतिहास म्हणजे भूतकाळाला वर्तमानकाळाशी जोडणारा पूल होय. तो भविष्यकाळाचा मार्गदर्शक असतो'. भूतकाळ, वर्तमानकाळ, भविष्यकाळ या तीनही कालखंडात इतिहासाचे महत्त्व प्रो. नेव्हीस या इतिहासकाराने प्रतिपादित केले.

१२) **हेन्री जॉन्सन :** 'इतिहास म्हणजे जे घडले, जसे घडले ते जसेच्या तसे सांगणे'. यांच्या मतानुसार इतिहासामध्ये वास्तववादी घटनांची नोंद करणे यालाच ते इतिहास मानतात.

भारतीय इतिहासकारांच्या दृष्टिकोनातून इतिहासाची व्याख्या

१) **बिपीन चंद्रपाल :** 'इतिहास म्हणजे केवळ उद्देशहीन आणि सुसंबंधित संकलन नाही तर भावी राष्ट्रीय पिढीला राष्ट्रीय चरित्र निर्माण करण्यास साहाय्य होऊ शकेल, अशी उच्चप्रकारची तत्त्वे.'

२) **पंडित नेहरू :** नेहरू यांनी इतिहासाची व्याख्या करताना म्हटले आहे की, History is the story of man struggle thought the ages against nature and it's element against heast and jungle and last most difficult of all against one of his own kind who have fried to keep hi down and exploit him their two benefit. म्हणजेच 'मनुष्याने निरनिराळ्या युगात निसर्ग व पंचमहाभूते, वन्यपशू व अरण्य आणि शेवटी ज्या सजातीयांनी त्यांना

पददलित ठेवण्याचा व आपल्या स्वार्थासाठी त्यांचे शोषण करण्याचा प्रयत्न केला आहे या सर्वांविरुद्ध त्यांची संघर्षाची कहाणी म्हणजे इतिहास होय.'

३) **धर्मानंद कोसंबी :** 'इतिहास म्हणजे साधन व उत्पादन यांच्या परस्पर संबंधातील एक अनुक्रमवार आधारित अशी घटना होय.' कोसंबी यांनी साधन व उत्पादनावरील परस्पर संबंधांना इतिहासामध्ये महत्त्वपूर्ण स्थान दिले.

४) **भारतरत्न डॉ. बाबासाहेब आंबेडकर :** यांनी अत्यंत मोजक्या शब्दांत परंतु प्रभावकारी इतिहासाची व्याख्या केली आहे. History means change इतिहास म्हणजे बदल.

५) **वि.का.राजवाडे :** 'दिव्यकालांच्या आवरणाखाली मानवकुलांच्या हालचालींची विश्वसनीय हकीकत म्हणजे इतिहास होय.'

६) **वि.द.घाटे :** शिक्षणतज्ज्ञ वि. द. घाटे यांनी 'इतिहास : शास्त्र आणि कला' या पुस्तकात इतिहासाची व्याख्या करताना म्हटले आहे की, 'मानवी प्राण्यांच्या पृथ्वीतलावरील उत्क्रांतीचा शास्त्रशुद्ध अभ्यास म्हणजे इतिहास होय.'

७) **डॉ. सर्वपल्ली राधाकृष्णन :** 'History is the memory of he nation. History is the memory of the races' अर्थात 'इतिहास म्हणजे राष्ट्राच्या स्मृती, इतिहास म्हणजे स्मृती.'

वरील पाश्चात्त्य व भारतीय इतिहासकारांच्या इतिहाससंबंधी व्याख्या बघितल्यानंतर आपणास असे म्हणता येईल की, इतिहास म्हणजे तीनही काळातील मानवजातीला जोडणारा, मार्गदर्शन व दिशादर्शन करणारा तसेच मानवी प्रगतीच्या उत्क्रांतीचा, संघर्षाचा, बदलांचा मानवी जीवनाच्या महत्त्वपूर्ण घडणाऱ्या घटनांना सर्वांगाने स्पर्श करणारा असा आहे.

इतिहासाचे स्वरूप व व्याप्ती

इतिहासाची व्याप्ती :

इतिहास विषयाची व्याप्ती कालखंडानुसार वाढत आहे. प्राचीन व मध्ययुगीन कालखंडात इतिहास विषयाची व्याप्ती मर्यादित होती. राजकीय घराण्यांच्या घडामोडींना त्याकाळात जास्त महत्त्व दिले गेले. परंतु, आधुनिक काळातील इतिहासाचा केंद्रबिंदू मानव व त्याद्वारे निर्मित मानव संस्था केल्याने आधुनिक काळात इतिहासाची व्याप्ती अत्यंत व्यापक बनली आहे.

व्याप्ती : या शब्दाचा अर्थ 'कक्षा' अथवा 'मर्यादा' होय. इतिहासाची व्याप्ती म्हणजे इतिहास विषयाच्या कक्षा व मर्यादा होय. थोडक्यात, इतिहासाची व्याप्ती म्हणजे त्या विषयाची किमान व कमाल कक्षा होय.

इतिहासाची व्याप्ती वाढण्याची कारणे :

इतिहासाची व्याप्ती वाढण्यापाठीमागे विविध कारणे असलेली आढळून येतात. या कारणांचा आढावा पुढील मुद्द्यांच्या आधारे घेता येईल.

१) शोध : आधुनिक काळात इतिहासामध्ये जे नवीन संशोधन केले गेले यामधून काही नवीन गोष्टी उजेडात आल्या. त्यामध्ये प्रामुख्याने प्राचीन संस्कृतींचा शोध, वेगवेगळ्या मानव वंशाचा शोध, नवीन लिपीचे वाचन, नाणक शास्त्राच्या संशोधनांमुळेसुद्धा इतिहासाची व्याप्ती वाढत गेली. उदा. सिंधू संस्कृतीचा शोध, नवीन वैज्ञानिक शोध इत्यादी.

२) पुरातत्त्वीय व वाङ्‌मयीन साधनांमुळेसुद्धा इतिहासाची व्याप्ती वाढलेली दिसून येते. पुरातत्त्वशास्त्राच्या संशोधनामुळे व प्रगतीमुळे नवनवीन माहिती उजेडात आली. उदा. मौर्यांचे शिलालेख. वाङ्‌मयीन साधनांना जरी इतिहासात दुय्यम स्थान दिले असले तरीसुद्धा इतिहासाची व्याप्ती वाढण्यास हे साधन उपयुक्त ठरले आहे. उदा. कौटिल्याचे अर्थशास्त्र.

३) आधुनिक काळात 'सबाल्टर्न स्टडी' यासारखा विचार प्रवाह इतिहासामध्ये रूढ झाला. या विचार प्रवाहाने सर्वसामान्यांच्या योगदानाला व कार्याला महत्त्वपूर्ण मानून प्रत्येक ऐतिहासिक घटनेमागे सर्वसामान्यांच्या योगदानाला प्रतिपादित केले. उदा. असहकार चळवळीमध्ये शेतकरी व कामगारांचे योगदान प्रमुख मानून लेखन केले.

४) गतकाळात फक्त राजकीय इतिहासालाच महत्त्वपूर्ण स्थान होते. परंतु, आधुनिक काळात राजकीय इतिहासाबरोबर धार्मिक, सामाजिक, सांस्कृतिक, भौगोलिक, आर्थिक या व इतरही अंगांचा अंतर्भाव इतिहासात केला गेला. त्यामुळे इतिहास विषयाची व्याप्ती वाढली.

५) ऐतिहासिक स्मारके, किल्ले, शहरे, नाणी, लेणी, स्तूप, मूर्ती, मंदिरे, शिलालेख, भांडी, राजे-रजवाडे इत्यादी ऐतिहासिक वारशांचा अभ्यास केल्याने इतिहासाची व्याप्ती वाढलेली दिसून येते.

६) इतिहासाचा केंद्रबिंदू हा मानव आहे व या मानवाचे वर्तन व व्यवहार हे नेहमी परिवर्तनशील असल्यामुळेसुद्धा इतिहासाची कक्षा वाढण्यास महत्त्वपूर्ण भूमिका असलेली दिसून येते.

८) इतिहास विषयाला शास्त्र दर्जा प्राप्त झाल्यामुळे शास्त्रीय नियमांनी इतिहासाचे लेखन करणे गरजेचे ठरते. कारण इतिहासात फक्त घटनांची नोंद करून चालत नाही तर त्या घटनांचा अन्वयार्थ लावून त्या घटनांच्या कारणांची व परिणामांची

चर्चा वस्तुनिष्ठपणे करणे गरजेचे ठरते. या कारणांमुळेसुद्धा इतिहासाची व्याप्ती वाढलेली आहे.

९) इतिहासकारांचा बदलेला दृष्टिकोनसुद्धा इतिहासाची व्याप्ती वाढण्याचे एक महत्त्वपूर्ण कारण आहे. पूर्वीचे इतिहासकार फक्त इतिहासामध्ये प्रस्थापित व राजकीय घटनांनाच महत्त्वपूर्ण स्थान देत होते. परंतु, आधुनिक काळातील इतिहासकारांनी प्रत्येक ऐतिहासिक घटनांतील प्रस्थापित व विस्थापित यांना योग्य ते स्थान दिले. यामुळेसुद्धा इतिहासाची व्याप्ती वाढण्यास मदत झाली.

वरील विवेचनांवरून असे स्पष्ट होते की, आधुनिक काळात इतिहासाची व्याप्ती वाढण्यापाठीमागे शोध, पुरातत्त्वीय व वाङ्मयीन साधने, इतिहासाला शास्त्र दर्जा प्राप्त होणे तसेच इतिहासकारांचा बदललेला दृष्टिकोन, इतिहासाचा विविध विषयांशी असलेला संबंध इत्यादी कारणांमुळे इतिहासाची व्याप्ती वाढलेली आहे.

इतिहासाची व्याप्ती :

गतकाळात इतिहासाची व्याप्ती धर्म व राजकीय घडामोडींशी निगडित होती. आधुनिक काळात मात्र इतिहासाची व्याप्ती वाढलेली दिसून येते. ती पुढीलप्रमाणे आहे.

१) इतिहासाची व्याप्ती ही तीनही काळात असलेली दिसून येते. इतिहासामध्ये फक्त भूतकाळाचाच अभ्यास होत नसून तो वर्तमानकाळातील समस्यांची कारणे व समस्यांचे निराकरण व उपायसुद्धा सांगतो तसेच भविष्यकाळ कसा असायला हवा याचेसुद्धा नियोजन करण्यास मार्गदर्शन करीत असतो.

२) इतिहासामध्ये समाजाच्या सर्व अंगांचा अभ्यास केला जातो म्हणून इतिहासाची व्याप्ती समाजाच्या सर्व अंगांमध्ये म्हणजेच राजकीय, धार्मिक, सांस्कृतिक इत्यादी क्षेत्रांमध्ये झालेली आहे. कारण समाजाच्या एका अंगाचा परिणाम दुसऱ्या अंगावरती म्हणजेच घटनेवरती होत असतो.

उदा. अशोकाने बौद्धधर्म स्वीकारल्याने त्याच्या साम्राज्य विस्तारवादी व युद्धप्रिय विचारसरणीला विराम मिळाला. यामुळे सामाजिक व आर्थिक बदलसुद्धा घडून आले.

३) इतिहास विषयाच्या व्याप्तीमध्ये अनेक विषय व शास्त्रांचा स्पर्श होतो. कारण कोणत्याही घटनेची कारणमीमांसा करताना तत्कालीन भौगोलिक, राज्यशास्त्रीय, वैज्ञानिक इत्यादी विषयांचा व मानवंशशास्त्र, नाणकशास्त्र, पुरातत्त्वशास्त्र इत्यादी शास्त्रांचा अभ्यास होत असतो.

४) इतिहासाचा केंद्रबिंदू मानव असल्याने मानवाच्या प्रगतीमधील प्रत्येक टप्प्यांमध्ये

इतिहासाची व्याप्ती सामावलेली दिसून येते. उदा. मानवाने अश्मयुगापासून आधुनिक काळापर्यंत केलेल्या प्रगतीचा आलेख इतिहासामध्ये नोंद केला गेला आहे.

५) आधुनिक काळापूर्वी इतिहासामध्ये फक्त राजा-राणी व त्यांच्या घराण्यांची, पराक्रमांची, शौर्यांची नोंद इतिहासामध्ये घेतली जात असे. परंतु, आधुनिक काळात 'सबाल्टर्न स्टडी' यासारख्या नवीन विचार प्रवाहांचा समावेश इतिहास लेखनामध्ये रूढ झाल्याने इतिहासाची कक्षा राजापासून राबणाऱ्यांपर्यंत रुंद झालेली आहे.

६) इतिहासामध्ये मानवाच्या संघर्ष, शौर्याला प्रभावित करणाऱ्या निर्सगापासून संसर्गाच्या रोगापर्यंत घटनांची व्याप्ती सामावलेली दिसून येते. उदा. भारतीय स्वातंत्र्यलढ्यामध्ये इ.स.१८९७ ला आलेला प्लेग रोग त्यामध्ये ब्रिटिश प्रशासनाची अमानुषता, रँड व सहकाऱ्यांचा खून इत्यादी घटना घडल्या. या घटनांमधूनच Tit for tat उत्तर देण्यास भारतीय तरुणांची झालेली मानसिकता क्रांतिकारी चळवळीला बळ देणारी ठरली.

अशा प्रकारे इतिहासाची व्याप्ती तीनही काळ, समाजाच्या सर्व अंगात, मानवाच्या प्रगतीमध्ये, राजापासून राबणाऱ्यांपर्यंत, निर्सगापासून संसर्गापर्यंत म्हणजेच मानवी जीवनाला कलाटणी देणाऱ्या सर्व घटनांमध्ये व निसर्गाच्या सर्व बदलांमध्ये तसेच सर्व विषय व शास्त्रांमध्ये सामावलेली दिसून येते. भविष्यकाळात इतिहासाच्या व्याप्तीमध्ये नवनवीन संशोधनांमुळे आणखीही वाढ होण्याची शक्यता आहे.

इतिहासाचे स्वरूप :

इतिहासाच्या स्वरूपामध्ये कालानुरूप बदल होत गेला असून प्राचीन काळामध्ये जो इतिहास नोंदविला गेला त्या काळातील इतिहासाचे स्वरूप हे राजा, रजवाडे, धर्म, उत्थान-पतन इत्यादी गोष्टींचा समावेश होता. यामध्ये सर्वसामान्य माणसांच्या कार्याची दखल घेतली गेलेली दिसून येत नाही. परंतु, आधुनिक काळात इतिहासाच्या स्वरूपामध्ये महत्त्वपूर्ण बदल झाला. तो म्हणजे सर्वसामान्यांच्या कार्याला, संघर्षाला, त्याच्या विचारसरणीला महत्त्वपूर्ण स्थान दिले गेले. राजा, धर्म यांच्याप्रमाणेच १९व्या शतकात सामान्य माणसाच्या कार्याला केंद्रबिंदू मानून इतिहास लेखन केले गेले. इतिहास लेखनाचे स्वरूप पाहिले तर हेगेलच्या दृष्टिकोनातून कल्पना, मार्क्सने भौतिकवाद, तर रँके यांनी शास्त्रशुद्ध या तत्त्वांना महत्त्वपूर्ण मानले. त्यामुळेच विविध विचारवंतांच्या मतांमध्ये जरी विविधता असली तरी इतिहासाचे स्वरूप समजून घ्यायला आपल्याला त्यांचे विचार मार्गदर्शक ठरतात. इतिहासाचे स्वरूप खालील विवेचनाद्वारे पाहू या.

१) **गतकालीन घटनांच्या कारणांचे व परिणामांचे अध्ययन :** इतिहासामध्ये घटनांची नोंद असते. त्या घटना घडण्यापाठीमागे जी विविध कारणे असतात त्या कारणांचा व ती घटना घडून गेल्यानंतर होणाऱ्या परिणामांचा अभ्यास इतिहासामध्ये केला जातो. उदा. १८५७चा उठाव रशियन क्रांती, पहिले महायुद्ध, दुसरे महायुद्ध, भारतातील शेतकरी चळवळी इत्यादी.

२) **इतिहासाला शास्त्रीयदृष्ट्या मर्यादा घालता येत नाहीत :** इतिहासाचा केंद्रबिंदू मानव असल्याकारणाने इतिहासामध्ये शास्त्रीयदृष्ट्या विचार करता सीमा, वंश, लिंग, धर्म इत्यादींच्या मर्यादा घालता येत नाहीत. कारण भूतलावरील अनंत महत्त्वपूर्ण घटनांची नोंद ही इतिहासामध्ये घेतली जाते.

३) **पुनर्लेखन हा इतिहासाच्या जिवंतपणाचे द्योतक आहे :** इतिहासकार इतिहासाचे लेखन वर्तमानकाळात प्राप्त साधनांच्या आधारे करीत असतो. काळानुरूप साधनांमध्ये भर पडत असते. तसेच नवीन विचार, परिस्थिती, संदर्भ, जुनी व नवीन साधने इत्यादींचा समन्वय साधून इतिहासाचे पुनर्लेखन करावे लागते. इतिहासाला शास्त्राचा दर्जा प्राप्त झाल्याने वेळोवेळी संशोधन करून त्या घटनांचे पुनर्लेखन करणे गरजेचे असते म्हणूनच पुनर्लेखन हा इतिहासाच्या जिवंतपणाचे द्योतक आहे. पुनर्लेखनामुळे इतिहासामध्ये नवीन तथ्य व सत्याचे उद्घाटन होत असते.

उदा. सिंधू संस्कृती, भारतातील ब्रिटिश प्रशासन.

४) **इतिहासातील समकालीनत्त्व :** इतिहासाचा संबंध तीनही काळाशी असल्याने गतकालीन घटनासुद्धा समकालीन वाटतात. म्हणून तर बेनिटो क्रोसेसारखा इटालियन तत्त्ववेत्ता म्हणतो की, सर्व इतिहास हा समकालीन इतिहास असतो. 'परंतु प्रत्येक ऐतिहासिक घटनांमध्ये समकालीनत्त्व शोधणेसुद्धा शक्य नाही'.

५) **ऐतिहासिक घटनांची पुनरावृत्ती की साधर्म्यता :** ऐतिहासिक घटनांची पुनरावृत्ती होते की, त्या घटनांमध्ये साधर्म्यता असते याबद्दल अनेक इतिहासकारांमध्ये मतभेद आहेत. साधारणत: ऐतिहासिक घटनांची पुनरावृत्ती होत नसते. कारण स्थळ, काळ, वेळ या प्रत्येक घटना वेगळ्या असतात. प्रत्येक घटना घडत असताना त्याची कारणे व परिस्थिती वेगळी असते. काहीवेळेस दोन कालखंडात घडलेल्या घटनांमध्ये साधर्म्य असू शकते. त्यामुळे त्या घटनांमध्ये पुनरावृत्तीचा भास होत असतो.

उदा. रशियामध्ये झालेली साम्यवादी क्रांती व चीनमध्ये घडून आलेली साम्यवादी क्रांती.

६) **इतिहासात मानवी व्यवहारास महत्त्वपूर्ण स्थान :** इतिहासामध्ये मानवी व्यवहारास महत्त्वपूर्ण स्थान आहे. कारण इतिहासाचे सर्व व्यवहार मनुष्य संचलित व मनुष्याशी निगडित असतात. यामुळेच इतिहासात मानवी व्यवहारास महत्त्वपूर्ण स्थान आहे.

७) **इतिहासात भूतकालीन महत्त्वपूर्ण घटनांची नोंद असते :** इतिहासाचा अर्थच आहे, 'असे असे घडले'. त्यामुळे इतिहासात भूतकाळातील घटनांची नोंद असते. परंतु, प्रत्येक भूतकाळातील घटनांची नोंद इतिहासकार घेत नसतो, तर फक्त ज्या घटना महत्त्वपूर्ण असतात त्यांचीच नोंद तो वर्तमानकाळात घेत असतो. अशा प्रकारे इतिहासकार हा भूतकाळ, वर्तमानकाळ, भविष्यकाळ यामधील न संपणारा संवाद इतिहासामधून मांडत असतो. म्हणूनच इ.एच. कार म्हणतात, 'इतिहास म्हणजे भूतकाळ, वर्तमानकाळ व भविष्यकाळ यामधील कधीही न संपणारा संवाद होय.'

८) **घडलेल्या घटनांची सुसंघटित स्मृती :** गतकाळात घडलेल्या घटनांचीच नोंद इतिहासात घेतली जाते म्हणूनच इतिहासाला 'भूतकाळाची स्मृती' म्हटले आहे. परंतु, ही स्मृती सुसंघटित स्वरूपाची असते. तसे नसते तर इतिहासामध्ये विस्कळीतपणा आला असता.

९) **इतिहास म्हणजे मानवी प्रगतीचा व विचारांचा आलेख :** इतिहास हा मानवी प्रगतीचा व विचारांचा आलेख प्रस्तुत करीत असतो. हे करत असताना इतिहासाची प्रगती सरळ रेषेत होते की वक्राकार याविषयी दोन विचारप्रवाह इतिहासामध्ये आहेत.

उदा. भारतीय स्वातंत्र्यानंतरची प्रगती सरळ रेषेत दिसते, तर पाकिस्तानची वक्राकार आहे. कारण पाकिस्तानच्या निर्मितीनंतर कित्येकवेळा लोकशाही प्रस्थापित करण्याचा प्रयत्न केला. परंतु, शेवटी हुकूमशहाच्याच हातात सत्ता गेली.

१०) **भविष्यकाळामधील घडामोडींचा अंदाज दर्शविता येतो :** गॅलके पालेच्या मते, 'इतिहासामध्ये भविष्य सांगण्याची क्षमता आहे'. ऐतिहासिक घटना, स्थळ, काळ व मानवी व्यवहार यांच्यामध्ये आंतरसंबंध असतो. यामुळे इतिहासात भविष्यकाळातील घडामोडींचा अंदाज दर्शविता येतो.

११) **इतिहासात दैवी, बुद्धी व उपयुक्तता आदी तत्त्वांचा समावेश :** इतिहासाच्या घडामोडींमागे चर्च संस्थेच्या मते दैवीतत्त्व, अरबांच्या मते बुद्धितत्त्व, तर प्रबोधन युगानंतर उपयुक्तवाद महत्त्वपूर्ण मानला. साधारणतः विचार केल्यास

या तीनही तत्त्वांचा प्रभाव थोड्याफार प्रमाणात कालानुरूप घटनास्वरूप दिसून येतो. यामुळे इतिहासाच्या स्वरूपात दैवी, बुद्धी व उपयुक्तता आदी तत्त्वांचा समावेश केला जातो.

वरील मुद्द्यांचे विवेचन बघितल्यास इतिहासाचे स्वरूप हे व्यापक असून तीनही कालखंड, मानवी जीवनाच्या सर्व महत्त्वपूर्ण व्यवहारांना स्पर्श करणारे आहेत. इतिहासाच्या स्वरूपात वेळोवेळी बदल जर झाला असला तरी हा बदल इतिहासाचे स्वरूप वाढविणारा व इतिहासाची महत्त्वपूर्णता प्रतिपादित करणाराच ठरलेला आहे.

इतिहासाचे महत्त्व :

आधुनिक भौतिकवादी युगात इतिहासाचे महत्त्व काय?, कसे?, इतिहास न वाचला तर फरक काय पडतो?, इतिहास काय पोट भरू शकतो काय? असे अनेक प्रश्न इतिहास विषयाविषयी अनभिज्ञ असणारे लोक विचारत असतात. परंतु, त्यांना हे माहिती नसते की, इतिहास जरी पोट भरत नसला तरी पोट भरत असताना दुसऱ्यासाठी थोडेफार ठेवावे याची नैतिकता इतिहास अध्ययनाने येते. इतिहासाचे महत्त्व प्रतिपादित करताना विल्यम बेकन म्हणतो की, 'इतिहास मनुष्याला बुद्धिमान बनवतो.' बुद्धिमत्ता ही मनुष्याला अन्य सजीवांपेक्षा वेगळी करते व मानाचे स्थान मिळवून देते. इतिहासाचे महत्त्व फक्त पूर्वजांच्या पराक्रमांचा, प्रगतीचा, संघर्षाचा आढावा घेणे नसून त्यांच्या संघर्षाच्या, प्रगतीच्या अनुभवाची शिदोरी वर्तमानकाळातील समस्यांना सामोरे जात असताना, भविष्यकाळातील नियोजन करताना व मानवाला मानव म्हणून जगण्यास प्रवृत्त करण्यास महत्त्वपूर्ण भूमिका बजावतो. कारण २१व्या शतकात 'जगा व जगू द्या' हे तत्त्व भूतकाळातील संघर्षमय विनाश पाहिल्यानंतर आले.

इतिहासाचे महत्त्व अनन्यसाधारण व अनन्यकाळासाठी असून इतिहास ही प्रत्येक व्यक्ती, प्रदेश, राष्ट्र व विश्वाची स्मृती आहे. इतिहास विसरणे म्हणजे स्मृतीभ्रंश होणे. त्यामुळे इतिहासाला महत्त्व आहे. कॉलिंगवुडसुद्धा म्हणतो, 'इतिहासाची शिकवण मानवी जीवनाला उपयुक्त अशी आहे.' इतिहासाचे महत्त्व खालील मुद्द्यांच्या आधारे अभ्यासूया.

१) **मानवी प्रगतीचा आढावा :** इतिहासाचा संबंध मनुष्याशी असल्याने प्रत्येक घटना मनुष्यप्रेरित व मानवी समाजाच्यादृष्टीने महत्त्वपूर्ण असते. इतिहासाच्या अभ्यासामुळे मानवी जीवनाच्या प्रगतीचा आढावा घेता येतो. मानवाने केलेल्या प्रत्येक महत्त्वपूर्ण वाटचालींमध्ये व प्रगतीमध्ये केलेला संघर्ष, घेतलेला अनुभव

इत्यादींची माहिती इतिहासामुळेच मिळते. उदा. अश्मयुग, अग्नीचा शोध, मानव समूह व संस्कृती इत्यादी म्हणजेच भटके जीवन जगणारा मानव स्थायी जीवन कसे जगू लागला, या प्रगतीमध्ये जी परिवर्तने झाली, ज्या घटना घडून आल्या त्या सर्वांचा मागोवा इतिहास अध्ययनातून होत असतो.

२) **वर्तमानकाळाच्या साहाय्यासाठी व भविष्यकाळाच्या मार्गदर्शनासाठी :** इतिहासामध्ये भूतकाळातील घटनांची नोंद असली तरी तो वर्तमानकाळातील समस्या सोडविण्यास साहाय्यकारी व भविष्यकाळाच्या मार्गदर्शनासाठी, दिशादर्शनासाठी महत्त्वपूर्ण मदत करतो. वर्तमानकाळात मानवाला वाटचाल करण्यास व भविष्यकाळातील दूरदृष्टिकोन वाढविण्यास साहाय्यकारी असतो म्हणूनच इतिहासाला 'अनुभवांचे गाठोडे' म्हटले गेले आहे. उदा. पहिल्या व दुसऱ्या महायुद्धाचे अध्ययन केल्यास आपल्या लक्षात येते की, भविष्यकाळात जर युद्ध झाले तर त्याचे परिणाम किती भयानक असू शकतात. वर्तमानकाळातील दहशतवाद, स्त्रियांवरील होणारे अत्याचार, धार्मिक तेढ इत्यादी ज्वलंत प्रश्नांची सोडवणूक व सामना करावयाचा झाल्यास इतिहास आपल्याला साहाय्यभूत ठरतो.

३) **व्यक्तिमत्त्वाच्या जडणघडणीसाठी व प्रेरणास्रोत म्हणून :** एखाद्या व्यक्तीच्या व्यक्तिमत्त्वामध्ये जडणघडण करण्याचे प्रेरणास्रोत इतिहासामधूनच प्राप्त होतात. ज्या व्यक्तिमत्त्वांनी आपल्या कर्तृत्वाच्या जोरावर मानवजातीच्या वाटचालीत महत्त्वपूर्ण ठसा उमटवला त्या व्यक्तिमत्त्वांच्या कार्याचा, शौर्याचा, विचारांचा अभ्यास इतिहासामधूनच होत असतो. अशा व्यक्तींच्या जीवनकार्याची प्रेरणा आपल्याला मिळत राहते. त्यामुळे आपोआपच इतिहासाच्या अध्ययनाने व्यक्तीच्या व्यक्तिमत्त्वामध्ये, त्याच्या जडणघडणीमध्ये महत्त्वपूर्ण बदल होतात. उदा. महात्मा गांधी, छत्रपती शिवाजी महाराज, डॉ. बाबासाहेब आंबेडकर इत्यादींच्या चरित्र अध्ययनाने अध्ययनकर्त्यांच्या व्यक्तिमत्त्वांचा विकास होतो.

४) **विश्वबंधुत्वाची भावना वाढविण्यासाठी :** आधुनिक काळात विज्ञानाच्या प्रगतीमुळे जग इतके जवळ आले आहे की, जगाच्या पटलावर होणाऱ्या बदलांचा परिणाम हा सर्व मानव जातीवर होत आहे. त्यामधूनच 'वसुधैव कुटुंबकम्' हा विचार पुढे आला. जगातील सर्व देशांबद्दल सद्भावना व सहानुभूती असली पाहिजे, हे उद्दिष्ट ठेवले. स्वराष्ट्र प्रेमाचा जर अतिरेक झाला तर काय होऊ शकते याची शिकवण इतिहासाने आपल्याला पहिल्या व दुसऱ्या महायुद्धाने करून दिली. यामधूनच युनेस्कोसारखी संघटना स्थापून

विश्वबंधुत्व व शांततापूर्ण सहकार्याची भावना वाढविण्याचा प्रयत्न केला गेला. या सर्वांचा अभ्यास इतिहासामधून होत असतो.

५) **नैतिक मूल्यांची जोपासना व संवर्धनासाठी :** इतिहासाद्वारे नैतिक मूल्यांची जोपासना व संवर्धन केले जाते. इतिहास हा समाज व मानव जीवनात नैतिक मूल्यांचे महत्त्व प्रतिपादित करत असतो. तसेच त्याला सुरक्षितताही प्रदान करतो. खरेतर इतिहासामध्ये मानवाच्या ज्या संघर्षाची, प्रगतीची नोंद केली जाते ती नैतिकतेने अनैतिकतेवर केलेल्या विजयाची असते. उदा. महात्मा गांधीजींचा संघर्ष, हिटलरचे अध:पतन, रामायण, महाभारत इत्यादी इतिहासाच्या पानापानांत नैतिक मूल्यांची जोपासना व संवर्धन केले गेले आहे. म्हणूनच थॉमस मन्रो म्हणतात, 'हजारो पानांच्या धार्मिक ग्रंथांच्या वाचनापेक्षा इतिहासाच्या चार-दोन पानांचे वाचन केव्हाही चांगले.'

६) **मनोरंजन व आनंद :** इतिहासाच्या अध्ययनाने मनोरंजन होते व आनंदही मिळतो. आद्य इतिहासकार हिरोडोट्स यांच्या ग्रंथाचा आढावा घेतल्यास तसेच शिवाजी महाराज, सम्राट अकबर इत्यादींच्या जीवनविषयक प्रसंग घटनांचे अध्ययन केल्यास इतिहास अभ्यासकांचे मनोरंजन होते. उदा. शिवरायांची आग्रा सुटका, अकबर-बिरबल संवाद इत्यादी तसेच विविध ऐतिहासिक साधने उदा. नाणी, लेख, पुराण वस्तू इत्यादी गोळा करण्याचा छंदसुद्धा आनंद देऊन जातो. म्हणूनच इतिहास हा विषय निरस व शुष्क नसून आनंददायी व मनोरंजन करणारा आहे.

७) **जिज्ञासापूर्ती :** मनुष्य जिज्ञासा बाळगणारा प्राणी आहे. त्यामुळेच त्याला वर्तमान काळापेक्षा भूतकाळात काय, कसे, केव्हा, कुणामुळे याची जिज्ञासा असते. त्याचबरोबर आपले पूर्वज कसे होते, त्यांच्या कार्याविषयी व शौर्याविषयी जाणून घेण्यास नेहमी तो उत्सुक असतो. या जिज्ञासांची, उत्सुकतेची पूर्ती इतिहासाच्या माध्यमातून होत असते. उदा. परिवर्तनामध्ये आपले पूर्वज कसे टिकले, शिवरायांनी स्वराज्य कसे स्थापन केले, भारतीयांनी स्वातंत्र्यलढा कसा लढवला, औद्योगिक क्रांतीचा परिणाम काय झाला? इत्यादी अनेक जिज्ञासांची पूर्तता आपल्याला इतिहासामुळेच होत असते.

८) **विविध विचारधारा व दृष्टिकोनांचा आढावा :** मनुष्य हा विचारशील प्राणी आहे. काळाच्या ओघात नवनवीन विचार व त्यास अनुसरून विचारधारा अस्तित्वात आल्या. त्या विविध विचारधारांचा प्रभाव राष्ट्र व समाजजीवनावर पडलेला दिसून येतो. उदा. मार्क्सवादी, गांधीवादी, भांडवलवादी त्याचबरोबर

याच विचारधारेतून नवनवीन दृष्टिकोन तयार झाले व विचारांचा त्या दृष्टिकोनातून अभ्यास होऊ लागला. यामध्ये धार्मिक, आर्थिक, सामाजिक, स्त्रीवादी, सर्वसामान्यवादी इत्यादी विचारांचा व दृष्टिकोनांचा आढावा इतिहासामध्ये घेतला जातो.

९) **ज्ञानवृद्धी :** इतिहासातील प्रत्येक प्रसंग, घटना, विचार, टप्पा मानवीय ज्ञानामध्ये भर घालत असतो. कारण इतिहासामध्ये गतकाळातील घटनांची नोंद असते. त्या घटना आपल्याला माहिती नसतात. त्या घटनांची माहिती इतिहासाद्वारे झाल्याने ज्ञानात भर पडते. उदा. ब्रिटिशांनी वंशश्रेष्ठत्व व संस्कृती श्रेष्ठत्वाच्या आधारावर भारतीयांना हीन वागणूक दिली. परंतु, सिंधू संस्कृतीच्या उत्खननाने त्यांचा नकलीचेहरा समोर आला.

१०) **कल्पनाशक्ती, मानसिकशक्ती व विचारशक्तीत वाढ :** इतिहासाच्या अध्ययनामुळे कल्पनाशक्ती, मानसिकशक्ती व विचारशक्तीत वाढ होते. हेगेलसारख्या विचारवंताने ऐतिहासिक घटनांच्या मुळाशी कल्पनाशक्ती हेच तत्त्व असते, असे सांगितले. इतिहासामधील विविध व्यक्तींच्या, महापुरुषांच्या व्यक्तिमत्त्वाचा, कार्याचा, शौर्याचा आढावा घेतल्यास कुठल्याही संकटांवर मात करण्याची मानसिकता तयार होते व सकारात्मक विचारसरणीमध्ये वृद्धी होते.

वरील विवेचनावरून आपण या निकर्ष्काप्रत येतो की, इतिहासाचे महत्त्व हे मानवीय कृती, काळ, विचार, ज्ञान, व्यक्तिमत्त्व, प्रगती या सर्व दृष्टिकोनात महत्त्वपूर्ण आहे. मानवीय जीवन सुखी, समृद्ध करण्यासाठी ऐतिहासिक संदर्भ महत्त्वपूर्ण आहेत.

ब) इतिहास आणि सामाजिकशास्त्रे

इतिहासाचा केंद्रबिंदू मानव असून त्यांच्या जीवनाशी संबंधित सर्व महत्त्वपूर्ण घटनांची नोंद इतिहासामध्ये घेतली जाते. १९व्या शतकात इतिहासाला शास्त्राचा दर्जा प्राप्त झाल्याने इतिहासामध्ये या घटनेची नोंद शास्त्रीयदृष्टिकोनातून करणे क्रमप्राप्त झाले.

'इतिहास म्हणजे मानवी जीवनाची समग्र वाटचाल' अशी भूमिका स्वीकारल्याने इतिहासाचा संबंध मानवी जीवनाशी आला. त्यामुळे मानवी समाज जीवनाशी संबंधित सर्व अंगांचा अभ्यास करावयाचा म्हटल्यास त्या अंगांशी निगडित असणाऱ्या सामाजिक शास्त्राची मदत घेणे अपरिहार्य बनले. इतिहासाचे लेखन करताना ज्या सामाजिकशास्त्रांची साहाय्यता घ्यावी लागते त्या शास्त्रांना साहाय्यकारी शास्त्रांचे ज्ञान आवश्यक आहे. कारण अशी काही सामाजिकशास्त्रे आहेत की ज्यांच्याशिवाय इतिहासलेखन परिपूर्ण होऊ शकत नाही. याविषयी प्रो. मॅबले यांचे मत महत्त्वपूर्ण असून त्यांच्या मतानुसार–

'असे काही साहाय्यकारी विषय आहेत की जे इतिहासकाराला टाळता येणे शक्य नाही.' अशा प्रकारे या विषयांच्या साहाय्यानेच मानवी जीवनाची संपूर्ण वाटचाल नोंदविणे शक्य होऊ शकते. सामाजिकशास्त्रे ही मानवी जीवनाचे संपूर्ण चित्र स्पष्ट करण्यास साहाय्य करत असल्याने ती इतिहासलेखनाला पूरक ठरतात. इतिहास लेखनामध्ये या सामाजिकशास्त्रांचे कसे साहाय्य होते व त्यांचा इतिहासाशी कसा संबंध आहे याविषयी आपण खालील सामाजिकशास्त्रांच्या आधारे पाहू या.

१) इतिहास व भूगोल
२) इतिहास व राज्यशास्त्र
३) इतिहास व अर्थशास्त्र
४) इतिहास व समाजशास्त्र

१) इतिहास व भूगोल

इतिहास लेखन करत असताना ज्या सामाजिकशास्त्रांची साहाय्यता घेणे क्रमप्राप्त होते यामध्ये भूगोल विषयाचे महत्त्व जास्त आहे. भूगोलामध्ये ज्या घटकांचा समावेश होतो त्यामध्ये डोंगर, दऱ्या, नदी, समुद्र, जंगले, प्रादेशिक रचना, खनिज संपत्ती, जमिनीचे प्रकार इत्यादींचा प्रभाव इतिहासातील घडामोडींवर होत असतो. यामुळेच इतिहास व भूगोलाचा संबंध इतर सामाजिकशास्त्रांपेक्षा अधिक जवळचा आहे. त्यामुळेच ट्रेपोकेस यांनी इतिहास व भूगोलाचा संबंध स्पष्ट करताना म्हटले आहे की, 'नैसर्गिक परिस्थिती व मानवी जीवन यामध्ये एक अतूट नाते असते आणि इतिहास हा मानवी जीवनाचा विचार करीत असल्याने त्याला भूगोलाचा विचार करावाच लागतो. भौगोलिक घटक हे इतिहासाच्या प्रवाहाची दिशा, त्याचा वेग निश्चित करीत असतात म्हणून इतिहास समजण्यासाठी, लिहिण्यासाठी भूगोलवर स्वार होणे गरजेचे आहे.'

अशा प्रकारे इतिहासामधील मानवी जीवनाशी निगडित घटनांचा, प्रसंगांचा, बदलांचा आढावा घेत असताना त्याला भूगोलाची साहाय्यता घ्यावीच लागते. कोणत्याही देशातील इतिहासावर नद्या, पर्वत, खनिज संपत्ती, जमिनीचा पोत इत्यादी बाबी प्रत्यक्ष-अप्रत्यक्षपणे प्रभाव टाकत असतात. प्राचीन काळातील जगामधील विविध संस्कृतींच्या उदयासंबंधी विचार केल्यास एक गोष्ट लक्षात येते की, त्या सर्व संस्कृतींचा उगम हा नद्यांच्या काठी झालेला होता. त्याचबरोबर मध्यकालिन भारताच्या राजकीय घडामोडींचे केंद्र दिल्ली असणे याच्या पाठीमागेही दिल्ली याठिकाणाचे भौगोलिकदृष्ट्या असलेले महत्त्वच होय. कारण याठिकाणाहून भारताची वायव्य सीमा, राजस्थान, पूर्वेकडील गंगेचे खोरे इत्यादी ठिकाणांवर नियंत्रण ठेवण्याच्या दृष्टिकोनातून दिल्ली हे स्थान महत्त्वपूर्ण होते. याचबरोबर मोहम्मद तुघलकाने आपल्या

सत्तेची राजधानी दिल्लीहून दौलताबादला नेणे या पाठीमागे दौलताबादचे असलेले भौगोलिक महत्त्वच कारणीभूत होते. कारण दौलताबाद हे ठिकाण भारताच्या मध्यवर्ती येते. ब्रिटिशांच्या कालावधीत सागरी वर्चस्वाला महत्त्व प्राप्त झाल्यानेच त्यांनी कोलकाता याठिकाणीच आपल्या साम्राज्याची राजधानी बनवली. अशा प्रकारे संस्कृतींचा उदय विकासाचा प्रश्न असो वा राजकीय नियंत्रणाचा प्रश्न असो भौगोलिक मदतीनेच तत्कालीन घडामोडी घडत असलेल्या दिसून येतात.

भूगोलाचा मानवी जीवनावर किती व्यापक परिणाम होतो याचे प्रत्यंतर जगाचा इतिहास पाहिल्यावर येते. कोणत्याही देशाचा इतिहासावरती तेथील समुद्रकिनारा, बंदरे, व्यापारी ठिकाणे, युद्धभूमी इत्यादींचा प्रभाव हा पडतच असतो. देशाची सुरक्षितता, लोकांचे राहणीमान, खानपान, शेती, व्यवसाय इत्यादींवर भौगोलिक परिस्थितीचा परिणाम हा होतच असतो. त्या देशातील नद्या, नाले, हवामान, जंगले हे भौगोलिक घटक त्या देशाच्या मानवी जीवनाचे स्वरूप निश्चित करत असतात. या भौगोलिक घटकांच्या बदलाचा इतिहासातील घटनांवर परिणाम होत असतो. उदा. – युरोपीय राष्ट्रांमध्ये उद्योगधंदे वाढण्यापाठीमागे जसे 'वैज्ञानिक शोध' हे एक कारण आहे तसेच तिथली भौगोलिक परिस्थितीही तितकीच कारणीभूत होती.

शिवरायांच्या स्वराज्य स्थापनेमध्ये भौगोलिक घटकांचे महत्त्वपूर्ण योगदान आहे. मराठ्यांच्या स्वातंत्र्यसंग्रामामध्ये मराठ्यांनी औरंगजेबाच्या आक्रमणापासून स्वराज्याचे रक्षण केले. यामध्येही भौगोलिक घटकांचा महत्त्वपूर्ण वाटा होता. स्वातंत्र्योत्तर भारतात संयुक्त महाराष्ट्राची चळवळ घडून आली. त्या चळवळीच्या काळात आचार्य अत्रे आपले मत नोंदविताना म्हणतात, 'इतर प्रांतांना फक्त भूगोल आहे, महाराष्ट्राला इतिहास व भूगोल दोन्ही आहे.' अशा प्रकारे कोणत्याही देशाच्या, प्रांताच्या, गावाच्या अर्थातच मानवी समाजाच्यादृष्टीने भूगोलाचे महत्त्व असल्याने व त्या देशातील, प्रांतातील, गावातील अर्थातच मानवी समाजातील घटनांची नोंद इतिहासामध्ये घेण्यासाठी भूगोलाचे ज्ञान असणे आवश्यक आहे.

भूगोलाच्या ज्ञानाअभावी अनेक राजांना, हुकूमशहांना युद्धामध्ये पराभूत व्हावे लागले. याची अनेक उदाहरणे इतिहासामध्ये मिळू शकतात. त्यामुळेच राज्यकर्त्यांना भूगोलाचे ज्ञान असणे गरजेचे आहे.

उदा. मुहम्मद तुघलकाचे खुरासान व कराची अभियान असफल होण्यामागे तेथील पर्वतीय प्रदेश व अत्याधिक पावसाचे प्रमाण हे भौगोलिक घटक कारणीभूत ठरले. त्याचबरोबर औरंगजेब बादशहालाही महाराष्ट्रामध्ये विविध युद्धांमध्ये अपयश येण्यापाठीमागे महाराष्ट्राची भौगोलिक परिस्थितीच जास्त कारणीभूत ठरली.

भूगोलाचा मानवी जीवनावरती परिणाम होत असतो. मानवीय संस्कृतीची निर्मिती ही समाज व अवतीभोवतीच्या परिसराच्या प्रभावातून निर्माण होत असते. भौगोलिक परिस्थितीमध्ये ३०० ते ४०० वर्षे साधारणत: परिवर्तन घडत नसल्याने एखाद्या ऐतिहासिक घटनेचे संशोधन करण्यासाठी अथवा वर्णन करण्यासाठी प्रत्यक्ष भेट देऊन करता येऊ शकते. उदा. शाहिस्तेखान प्रकरणाचा अभ्यास अथवा संशोधन करताना लाल महलात जाऊन प्रत्यक्ष तेथील वास्तूचे, तिथल्या परिसराचे अवलोकन करता येऊ शकते. अशा प्रकारे इतिहासातील प्रत्येक घटनेचे अवलोकन करण्यासाठी आपणाला तत्कालीन भौगोलिक परिस्थितीची माहिती असणे आवश्यक ठरते. साधारणत: मानवी जडणघडणीमध्येही भौगोलिक घटक परिणाम करत असतात. म्हणून ऐतिहासिक घटनांचे वर्णन करताना अथवा निकर्ष काढताना भौगोलिक घटकांचा विचार करणे क्रमप्राप्त होते म्हणून तर ब्रिटिश इतिहासकार बकल म्हणतात, 'प्रत्येक देशातील लोकांची जीवनकथा ही तेथील हवा, अन्न, पाणी व निसर्ग यांनी घडविलेली असते.' अशा प्रकारे मानवाच्या सर्वांगाचा विचार इतिहासामध्ये होत असतो व या मानवाच्या सर्वांगावर भौगोलिक घटकांचा परिणाम होत असतो.

नदी, खनिज संपत्ती, पर्जन्यमान, पर्वतरांगा, समुद्रकिनारा, जंगले इत्यादी भौगोलिक घटकांचा परिणाम हा त्या देशाच्या विकासावर, संरक्षणावर होत असतो. भारत देशाचा विचार केल्यास भारतीय इतिहासावर निश्चितच भौगोलिक परिस्थितीचा परिणाम झालेला दिसून येईल. कारण याच भौगोलिक घटकांनी भारत देशाच्या सीमांचे संरक्षण हजारो वर्षांपासून केलेले दिसून येते. आधुनिक काळातील वैज्ञानिक शोध, त्यामधून झालेली औद्योगिक क्रांती या औद्योगिक क्रांतीमधून व्यापारिक स्पर्धा, वसाहतवाद, स्वातंत्र्याच्या चळवळी इत्यादी ऐतिहासिक प्रसंगांचे अवलोकन करावयाचे झाल्यास भौगोलिक घटकांचा आधार घेणे आवश्यक ठरते. कारण या घटनांमध्ये भौगोलिक घटकांचा फार मोठा वाटा आहे. उदा. भौगोलिक शोधामधूनच विविध देशांत वसाहती स्थापन झाल्या. या वसाहतींमार्फत ज्यावेळेस शोषण सुरू झाले तेव्हा स्वातंत्र्यचळवळी अनेक देशांत घडून आल्या व जगामध्ये अनेक देश स्वतंत्रही झाले.

अशा प्रकारे कोणत्याही राष्ट्राला आपल्या भविष्यकाळाचा विचार करत असताना भूगोलाचा आधार घ्यावा लागतो. कारण भौगोलिक घटकांचा, परिस्थितीचा परिणाम हा ऐतिहासिक घटनांवर होत असतो. त्यामुळे भौगोलिक वर्णनाशिवाय इतिहास आकार घेऊ शकत नाही. भौगोलिक वर्णनाचा आधार न घेता मांडलेला इतिहास एखादी सुंदर कथा अथवा कल्पनेवरती आधारित गोष्ट सांगितल्यासारखे होईल म्हणून

तर स्थळ व काळास क्रमश: भूगोल व इतिहास म्हटले जाते. स्थळ-काळाच्या संदर्भातील मानवीय गरजा पूर्ण करण्याचे काम इतिहास व भूगोल करीत असतात. म्हणून तर भूगोलाला बेस व इतिहासाला फेस म्हटले जाते. त्यामुळेच जॉन्सनसारखा विद्वान इतिहास व भूगोलाचा संबंध सांगत असताना म्हणतो की, 'भूगोलाशिवाय इतिहास व इतिहासाशिवाय भूगोल कल्पना करणे अशक्य बाब आहे.' मानवाच्या कृतीसाठी भूगोल ही पृष्ठभूमी आहे. एखाद्या ऐतिहासिक घटनेचे, प्रसंगाचे संशोधन एखादा इतिहासकार करत असतो तेव्हा पुरेशी साधने उपलब्ध नसतात. तेव्हा तत्कालिक भौगोलिक परिस्थितीआधारे एक चित्र निर्माण केले जाते व त्याच्या साहाय्याने त्या घटनेचे, प्रसंगाचे वर्णन केले जाते. भौगोलिक परिस्थितीचा मानवाच्या खानपान, राहणीमान, अभिरुची, परंपरा, रितीरिवाज, शारीरिक ठेवण इत्यादींवर प्रभाव पडत असल्याने मानवीय जीवनाचा आलेख इतिहासामध्ये रेखाटत असताना भौगोलिक ज्ञानाचा उपयोग होत असतो. उदा डोंगरदऱ्यांमधील मानवीय जीवन साधे, कष्टाळू, काटक स्वरूपाचे असते. परंतु, सपाट भूप्रदेशावर जिथे मुबलक पाणी, खनिजसंपत्ती असते तिथे मात्र मानवीय जीवन आळशी व निरुत्साही असते. म्हणून प्रा. मिचलटे म्हणतात, 'भौगोलिक परिस्थितीची माहिती आपल्याला असल्याशिवाय इतिहासाचा जो कर्ता, तो मानव प्राणी चिनी चित्रातील व्यक्तीप्रमाणे अधांतरित चाललेला दिसेल. म्हणून भूगोलाकडे नुसता एक घटक म्हणून पाहू नये, तर ज्याप्रमाणे अन्न, हवा यांचा जसा प्रभाव पडतो तसा भूगोलाचासुद्धा प्रभाव पडतो.'

अशा प्रकारे भूगोल व इतिहासाचा संबंध बघितल्यानंतर एक गोष्ट लक्षात येते की, इतिहासामधील मानवी जीवनाचा अभ्यास करताना भूगोलाचे ज्ञान आवश्यक आहे. भूगोल व इतिहासाचा संबंध घनिष्ठ असून भूगोलाशिवाय इतिहास परिपूर्ण होणे शक्य नाही तसेच इतिहासाशिवाय भौगोलिक स्थानास महत्त्व प्राप्त होऊ शकत नाही.

२) इतिहास व राज्यशास्त्र

वर्तमानकाळातील राजकारण हे भविष्यकाळातील इतिहास असतो आणि भूतकाळातील राजकारणावर वर्तमानकाळातील राजकारण प्रभावित होत असते. अशा प्रकारे एकूणच राजकारण हे प्रत्येक कालखंडात मानवाच्या अन्य घडामोडींना प्रभावित करत असते, म्हणून इतिहासातील मानवीय घडामोडींचा वेध घेत असताना त्याच्या राजकीय घडामोडींविषयी नोंद घेणे आवश्यक असते. म्हणूनच राज्यशास्त्र व इतिहास यांचा संबंध अत्यंत जवळचा आहे. सर जॉन सिली यांच्या शब्दांत सांगायचे झाले तर त्यांच्या मते, History is Past Politics and Politics is Present History राज्यशास्त्रामध्ये राजकीय प्रणाली, घटना-नियम, तत्त्वे, कर्तव्य-हक्क, प्रशासन पद्धती

इत्यादी संकल्पनांचा अभ्यास केला जातो. याच संकल्पनांआधारे इतिहासातील घटित घटनेची राजकीय बाजू तपासली जाते. म्हणूनच इतिहास विषयाला राज्यशास्त्र विषयाची प्रयोगशाळा म्हटले जाते. म्हणून तर पॉलिबिअस हा ग्रीक इतिहासकार म्हणतो, 'राजकारणाची कला आत्मसात करण्यास इतिहासाची मदत होते.' याच कारणाने इतिहास व राज्यशास्त्र हे दोन्ही विषय एकमेकांना पूरक व साहाय्यकारी आहेत.

मानवी जीवन हे राजकारणाने प्रेरित व पोषित असते. म्हणूनच आधुनिककाळातील नवविचारप्रवाह इतिहास लेखनामध्ये येण्यापर्यंत राजकीय घटनांना इतिहासाचा केंद्रबिंदू मानून इतिहास लेखन केले गेले. राज्यशास्त्रामध्ये मार्क्सवाद, वसाहतवाद, राष्ट्रवाद, नाझीवाद इत्यादी विचारांचा अभ्यास केला जातो. तर या राजकीय विचारांच्या प्रभावाचा परिणामांचा आढावा इतिहासामध्ये घेतला जातो. राज्यशास्त्रामधील सिद्धांतांना, संकल्पनांना इतिहासाची मदत घ्यावी लागते, तर इतिहासातील कोणत्याही घटनेच्या परिपूर्ण संशोधनासाठी राज्यशास्त्रातील सिद्धांताची मदत घ्यावी लागते. म्हणून तर कोणत्याही राष्ट्राच्या, प्रांताच्या, गावाच्या समकालीन राजकीय बाजूंचा आढावा घ्यायचा असेल तर गतकाळातील राजकीय परिस्थितीचे अवलोकन करणे गरजेचे ठरते. एखाद्या देशातील विविध राजकीय संस्थांची निर्मिती, कार्यपद्धती, तिचे उत्थान-पतन हा विषय जरी राज्यशास्त्राचा असला तरी या संस्थांबाबतची माहितीची इतिहासकाराला इतिहासाची मांडणी करत असताना गरजेची असते.

विविध देशांतील लोकशाहीविरुद्ध हुकूमशाही, भांडवलशाहीविरुद्ध साम्यवादी, वसाहतवादाविरुद्ध स्वातंत्र्यवाद इत्यादी संघर्षाची नोंद जरी इतिहासामध्ये घेत असलो तरी या लोकशाही, वसाहतवाद, भांडवलवाद, साम्यवाद इत्यादी संकल्पनांचा शास्त्रोक्त पद्धतीने अभ्यास राज्यशास्त्रामध्ये केला जातो. म्हणून या घटनांचे, संघर्षाचे चिकित्सक दृष्टिकोनातून संशोधन व लेखन करत असताना इतिहासकारास राज्यशास्त्राची मदत होत असते. आधुनिक काळामध्ये राज्यशास्त्राला स्वतंत्र दर्जा प्राप्त झाला व त्याचबरोबर राज्यशास्त्राच्या अभ्यासामध्ये शास्त्रीय पद्धतीचा वापर केला जाऊ लागल्याने राज्यशास्त्रामधील राजकीय सिद्धांत, प्रवाह, तत्त्वज्ञान, संज्ञा, व्यवस्था, नियम, कायदे, प्रशासन, सत्ता केंद्रीकरण-विकेंद्रीकरण इत्यादी बाबींचा अभ्यास इतिहासाच्या संशोधनासाठी व अभ्यासासाठी उपयुक्त ठरतो. वरील बाबींआधारेच गतकाळातील घटनांच्या राजकीय वर्चस्वाचे व हस्तक्षेपाचे, परिणाम-परिवक्रतेचा अभ्यास इतिहासामध्ये करत असताना राज्यशास्त्राची मदत होते.

इतिहासामध्ये मानवी समाजातील अनेक राजकीय घडामोडींची नोंद घेतली

जाते. वर्तमानकाळातील राजकीय घटना, प्रसंग हे भविष्यकाळात राजकीय इतिहास बनत असतात. २०१४ साली काँग्रेस पक्षाकडून भाजपाकडे सत्तेचे झालेले सत्तांतरण हा उद्याचा इतिहास असतो आणि या बदलाचा सत्तांतरणाचा अन्वयार्थ राज्यशास्त्रामध्ये लावला जातो. त्याचबरोबर चीनमधील साम्यवादी क्रांती, रशियातील साम्यवादी क्रांतीमुळे एका नवीन पर्वाला सुरुवात झाली. भांडवलदारांपेक्षा मजूर वर्गाला प्रतिष्ठा मिळाली. भारतामधील स्वातंत्र्यचळवळीचा इतिहास समजून घेण्यासाठी जहाल, मवाळ, क्रांतिकारी इत्यादी विचारसरणी व शेतकऱ्यांच्या, मजुरांच्या चळवळी, सुभाषचंद्र बोस, महात्मा गांधी, लोकमान्य टिळक इत्यादींचे सक्रिय राजकारणातील कार्य या सर्व गोष्टी म्हणजे राजकारणाचा एक भाग होता. या सर्व गोष्टींच्या नोंदी राज्यशास्त्राच्या मदतीने इतिहासामध्ये केल्या जातात. अशा प्रकारे राज्यशास्त्र इतिहासाला पूरक व इतिहास राज्यशास्त्राला पूरक असून ते एकमेकांच्या विकासामध्ये, अध्ययनामध्ये, संशोधनामध्ये एकमेकांना सहकार्य करत असतात; म्हणून ॲक्टनसारखा विद्वान म्हणतो, 'इतिहास हा एक मोठा प्रवाह आहे आणि या प्रवाहामध्ये आढळणारा सुवर्णकण म्हणजे 'राज्यशास्त्र' होय. या सुवर्णकणांच्या अस्तित्वावरूनच गतकालीन इतिहासाचा मागोवा घ्यावा लागेल.' अशा प्रकारे इतिहासातील घटनांच्या राजकीय अंगावर प्रकाश टाकण्यास राज्यशास्त्र सहकार्य करीत असते. तसे त्या राजकीय अंगाची नोंद इतिहासामध्ये घेतली गेल्याने राज्यशास्त्राच्या अभ्यासामध्ये त्या राजकीय अंगाचे विश्लेषण करताना इतिहासाची मदत राज्यशास्त्राला होत असते.

एखाद्या देशाच्या सध्याच्या राजकीय परिस्थितीविषयी, त्या देशाच्या निर्मितीविषयी माहिती घ्यावयाची असल्यास इतिहासाचे सहकार्य राज्यशास्त्राला घ्यावेच लागते. त्याचबरोबर एखाद्या देशाच्या राजकीय प्रणालीचा, राज्यघटनेचा अभ्यास करायचा असल्यास त्या देशाचा इतिहास अभ्यासणे गरजेचे आहे. उदा. २६ जानेवारी १९५० रोजी भारतीय राज्यघटना लागू झाली. त्यासंबंधीचे अध्ययन करत असताना भारतीय स्वातंत्र्यचळवळी व त्यापूर्वी असलेली प्रशासन व्यवस्था इत्यादीसंबंधीचा इतिहासाचा अभ्यास करणे आवश्यक ठरते. त्यामुळेच इतिहासाला राज्यशास्त्राचा मार्गदर्शक व पथप्रदर्शक म्हटले जाते. इतिहासाच्या मार्गदर्शनामुळे व पथप्रदर्शनामुळे वर्तमानकाळातील वाटचाल राज्यशास्त्र व्यवस्थितपणे करू शकतो. राजकीय विचारवंतांचा अभ्यास जरी राज्यशास्त्रात होत असला तरी त्या विचारांच्या परिणामांविषयी चर्चा इतिहासामध्ये केली जाते. म्हणून तर राज्यशास्त्र व इतिहासाच्या संबंधाबद्दल मत व्यक्त करताना असे म्हणता येईल की, 'Political science is thought interpretation and History is the interpretation of action अर्थात, राज्यशास्त्र

म्हणजे वैचारिक अन्वेषण व इतिहास म्हणजे कृतींचे अन्वेषण होय. अशा प्रकारे इतिहास व राज्यशास्त्र एकमेकांना एखाद्या घटनेची, विचारसरणीची पृष्ठभूमी व परिणामकारकता माहीत करून देण्यास मदत करीत असतात. म्हणून तर प्रा. सिले म्हणतात, 'इतिहास राजकारणास उदार करीत नसेल तर राजकारण बेधुंद होते आणि इतिहासाचा राजकारणाशी संबंध नसेल तर ते केवळ काल्पनिक वाङ्मय ठरते.' राज्यशास्त्राला उदात्त बनवण्यास व इतिहासाला वस्तुनिष्ठ बनवण्यास एकमेकांचे सहकार्य आवश्यक ठरते.

जगाच्या इतिहासामध्ये पहिले महायुद्ध व दुसरे महायुद्ध यासंबंधी बिस्मार्क, हिटलर, मुसोलिनी यांच्या धोरणांचा राजकीय दृष्टिकोन हा त्या घटनांपुरताच अथवा काळापुरताच मर्यादित न राहता दीर्घ काळ व अनेक घटनांवरती परिणाम करणारा ठरला आहे. त्यांचे राजकारण, राजकीय विचार सध्याचा इतिहास बनला आहे. नेहरू, गांधी, वाजपेयी, डॉ. मनमोहनसिंग या पंतप्रधानांची जी राजनीती होती ती राजनीती आज इतिहासाच्या अभ्यासाचा विषय बनली आहे. राजकीय नेत्यांच्या, विचारवंतांच्या विचाराने इतिहासातील घटना प्रभावित होत असतात.

भारतीय स्वातंत्र्यलढ्याचा विचार केल्यास न्या. रानडे, दादाभाई नौरोजी, ना. गोखले, फिरोजशहा मेहता हे मवाळवादी होते, तर लाला लजपतराय, बाळ गंगाधर टिळक, बिपीनचंद्र पाल हे जहालवादी, त्याचबरोबर महात्मा गांधीजींची अहिंसात्मक विचारसरणी इत्यादींचा प्रभाव तत्कालीन घडामोडींवर पडला असून त्या प्रभावाचा, चळवळींचा, नेतृत्वाच्या विचारांचा अभ्यास आज इतिहासाचा महत्त्वपूर्ण भाग बनला आहे. अशा प्रकारे व्यक्तीच्या विचारसरणीचा अभ्यास राज्यशास्त्रामध्ये केला जात असला तरी त्या व्यक्तीच्या विचारसरणीच्या प्रभावामधून निर्माण झालेल्या आदोलनांचा, परिवर्तनाचा, चळवळींचा आढावा इतिहासामध्ये घेतला जातो.

त्यामुळे इतिहास व राज्यशास्त्र हे दोन्ही विषय एकमेकांना पूरक तसेच परस्परावलंबी असलेले दिसून येतात. ज्यामुळे एकाच्या अभ्यासासाठी दुसऱ्याचा आधार घेणे क्रमप्राप्त होते. म्हणून तर सध्याच्या राजकारणावर प्रकाश टाकत असताना राजकीय विचारवंत, अभ्यासक गतकालीन राजकारणाचा, विचारसरणीचा आधार घेत असतात व निकर्ष बांधत असतात. यामुळे एखाद्या देशाचा इतिहास जाणून घेतल्याशिवाय त्या देशातील राजकारणामध्ये कोणत्याही पक्षाला, विचाराला यश प्राप्त होत नाही. म्हणून तर त्या देशाच्या राजकारणामध्ये सदृढ आधार शोधण्यासाठी आजचे राजकारणी इतिहासातील राजकीय परिस्थितीचा आधार घेत असतात.

अशा प्रकारे प्राचीन काळापासून आधुनिक काळापर्यंतच्या इतिहासातील

घडामोडींमध्ये राजकीय अंगाला महत्त्वपूर्ण स्थान असून त्या राजकीय अंगावरती परिणाम करणाऱ्या विचारसरणीचा अभ्यास करताना राज्यशास्त्राचे सहकार्य घेणे आवश्यक ठरते. जरी या दोन विषयांमध्ये अन्योन्य संबंध असला तरीसुद्धा काही बाबतीत या दोघांमध्ये फरकसुद्धा आहे. यामध्ये प्रामुख्याने राज्यशास्त्र हा विषय विश्लेषणात्मक, मर्यादित, वैचारिक व परिकल्पी असून इतिहास विषय हा वर्णनात्मक, व्यापक, तीनही काळांना स्पर्श करणारा, कथात्मक स्वरूपाचा आहे.

या दोन्हींमध्ये वरीलप्रमाणे फरक जरी असला तरी राज्यशास्त्र, इतिहास विषयाचा लेखाजोखा घेत असताना सहकार्य होत असते. मध्ययुगीन कालखंडापर्यंत तर फक्त राजकीय घडामोडींनाच इतिहासकारांनी इतिहासामध्ये प्रमुख मानून लिखाण केलेले दिसून येते. परंतु, आधुनिक कालखंडात इतिहासलेखनाचे स्वरूप जरी राजकीय घटनांभोवती केंद्रीभूत झाले नसले तरीसुद्धा प्रत्येक घटनेतील राजकीय परिणामांची चर्चाही केली जाते. या राजकीय परिणामांची चर्चा करत असताना राज्यशास्त्राची मदत होत असते.

इतिहास जरी मानवीय जीवनाचा संपूर्ण आलेख मांडत असला तरी या आलेखामधील महत्त्वपूर्ण मानल्या जाणाऱ्या राजकीय अंगाला विश्लेषित व वर्णित करण्यासाठी राज्यशास्त्राचा आधार घेणे गरजेचे आहे. राजकारणाचे महत्त्व मानवी इतिहास मांडत असताना फ्रिमनसारखा विद्वान म्हणतो, 'इतिहास म्हणजे गत राजकारण व राजकारण म्हणजे वर्तमान इतिहास होय.' अशा प्रकारे फ्रिमनने इतिहासामधील राजकारणासंबंधी आपले मत मांडले. हे जरी विधान एकांगी वाटत असले तरीसुद्धा मानवीय जीवनाच्या एका अंगाचा अभ्यास करण्यासाठी व परिपूर्ण संशोधनासाठी इतिहासाला राज्यशास्त्राची व राज्यशास्त्राला इतिहासाची साहाय्यता होत असते.

३) इतिहास व अर्थशास्त्र

इतिहास व अर्थशास्त्र यांचा संबंध जवळचा असून मानवी जीवनाच्या आर्थिक अंगाचे लेखन करत असताना इतिहासाला अर्थशास्त्राची साहाय्यता होत असते. इतिहासामधील प्रत्येक घटनेला भौतिक बाजू असते. त्यामुळेच मानवाच्या बऱ्याचशा कृती त्याच्या आर्थिक आवश्यकतेमधून व हितसंबंधामधून तयार होत असल्याने इतिहासातील जास्तीतजास्त घटनेवरती काही प्रमाणात का होईना आर्थिक घटक परिणाम करत असतो. ज्याप्रकारे अर्थशास्त्राच्या आधाराची इतिहासाला आवश्यकता आहे त्याप्रकारे अर्थशास्त्रालाही इतिहासाचा आधार घ्यावाच लागतो.

मानवी समाजाच्या आर्थिक बाबींचा इतिहास अर्थशास्त्राच्या मांडणीला महत्त्वपूर्ण सहकार्य करत असतो. त्यामधून मानवी समाजाच्या आर्थिक जीवनाचा विकास

कशाप्रकारे झाला, त्या विकासाचे टप्पे व परिवर्तन इत्यादींचा त्याच्या जीवनावर झालेला परिणाम याबद्दलची माहिती इतिहासाच्या अभ्यासातून अर्थशास्त्राला उपलब्ध होत असते. गतकाळातील आर्थिक घडामोडींचे ज्ञान झाल्यानेच वर्तमानकाळातील दिशादर्शन व भविष्यकाळातील नियोजनासाठी अर्थशास्त्राला इतिहासाची व इतिहासाला अर्थशास्त्राची गरज भासते.

म्हणून तर प्रा. सदाशिव आठवले म्हणतात की, 'इतिहासाला, मानवी घडामोडींना भौतिक बाजू असतात. माणसांच्या कृती त्याच्या आर्थिक गरजांतून व हितसंबंधांतून निर्माण होत असतात. हा विचार १९व्या शतकात एकदम नव्याने आणि प्रथमच सांगण्यात आला असे मुळीच नाही; परंतु, एवढे निश्चित की, जीवनाच्या आर्थिक बाजूंचा बराच खोलवर विचार करून तपशीलवार विवेचनाने इतिहासाचा हा अर्थ प्रथम १९व्या शतकात जर्मन तत्त्वज्ञ कार्ल मार्क्स यानेच दिला. अर्थात, मानवी जीवनाच्या घडामोडींपाठीमागे भौतिक बाजू असून त्या भौतिक बाजूंचा अभ्यास इतिहासामध्ये केला जातो.

जगामधील महत्त्वपूर्ण घटनांचे अवलोकन केल्यास एक गोष्ट प्रकर्षाने दिसून येते की, त्या घटनांच्या घडून येण्यापाठीमागे काही प्रमाणात का होईना आर्थिक घटक कारणीभूत होतात. उदा. - ब्रिटिशांनी भारतात ज्या वसाहती स्थापन केल्या व नंतर हळूहळू साम्राज्यवादी धोरणातून भारतावर प्रत्यक्ष-अप्रत्यक्ष वर्चस्व प्रस्थापित केले यापाठीमागे सत्ता गाजवणे हा प्रमुख हेतू त्यांचा नव्हता, तर समृद्ध भारतामधून जास्तीतजास्त आर्थिक फायदा मिळवणे हा होता. म्हणून तर दादाभाई नौरोजींनी 'आर्थिक निस्सारणाच्या सिद्धांताद्वारे ब्रिटिशांच्या मूळ हेतूवर प्रकाश टाकला व भारताच्या दारिद्र्याच्या पाठीमागच्या कारणांचा शोध त्यांनी घेतला. या शोधामुळेच अनेक सुशिक्षित भारतीय तरुणांनी न्या. रानडे, रजनी पामदत्त इत्यादींनी ब्रिटिशांनी केलेल्या भारताच्या आर्थिक शोषणाचे चित्र उभे केले व भारतीय स्वातंत्र्यलक्षाला आर्थिक शोषणाची किनार जोडून गती देण्याचा प्रयत्न केला. याचबरोबर जगामधील अमेरिकन राज्यक्रांती, फ्रेंच क्रांती, रशियन क्रांती, चीनमधील क्रांती इत्यादींच्या पाठीमागे आर्थिक घटक हा कारणीभूत असलेला दिसून येतो.

याचबरोबर जगामध्ये घडून आलेली दोन महायुद्धे, हुकूमशहांचा उदय, व्यापार स्पर्धा, वसाहतवाद, साम्राज्यवाद इत्यादींमध्ये आर्थिक घटक हा महत्त्वपूर्ण मानला जातो. म्हणून तर प्रत्येक घटनेच्या घडण्यापाठीमागच्या आर्थिक कारणांचा शोध घ्यावयाचा झाल्यास ही दोन्ही शास्त्रे एकमेकांना मदत करत असतात. कारण पहिल्या व दुसऱ्या महायुद्धानंतर जगामधील आर्थिक परिस्थितीचे अवलोकन जसे अर्थशास्त्रामध्ये

करणे आवश्यक ठरते त्याप्रमाणे इतिहासामध्ये या अंगाची नोंद घेणे महत्त्वपूर्ण ठरते. डब्ल्यू. एच. बी. कोर्ट यांच्या मतानुसार, 'आर्थिक इतिहास म्हणजे अर्थशास्त्राचे पूर्ण ज्ञान आवश्यक असलेला इतिहास प्रकार होय. परंतु, एक गोष्ट लक्षात ठेवली पाहिजे की, प्रत्येक ऐतिहासिक घटनेच्या मुळाशी आर्थिक कारणेच प्रमुख असतात असे नाही तर स्वप्रतिष्ठा, वंशाभिमान, धर्माभिमान इत्यादी गोष्टीसुद्धा काही इतिहासामधील घटना घडून येण्यास प्रमुख असू शकतात. म्हणून इतिहासकारांनी इतिहास लेखन, करत असताना प्रत्येक घटनेच्या मुळाशी 'आर्थिक घटक कारणीभूत होते' हा निष्कर्ष काढणे अतिशयोक्तीपूर्ण होऊ शकेल.'

इतिहासकाराला अर्थशास्त्राचे सूक्ष्म ज्ञान असण्याची आवश्यकता जरी नसली तरी इतिहासातील घटनांवर होणाऱ्या आर्थिक प्रभावाचा चिकित्सक दृष्टिकोनातून अभ्यास करणे महत्त्वपूर्ण आहे. त्यामुळे इतिहास लेखकास, संशोधकास तत्कालीन अर्थशास्त्रीय दृष्टिकोनाचे ज्ञान असणे आवश्यक आहे. स्वातंत्र्यपूर्व भारतातील मुंबई प्रांताचे गव्हर्नर एलफिन्स्टन यांनी मुंबई प्रांताची अर्थशास्त्रीय दृष्टिकोनातून केलेली आर्थिक पुनर्रचना, युरोपमधील औद्योगिक क्रांती, अमेरिकेचा विकास, मेईजी क्रांतीनंतर जपानच्या अर्थव्यवस्थेमध्ये घडून आलेले परिवर्तन इत्यादी इतिहासामधील घटनांची व त्याच्या कारण-परिणामांची मीमांसा आर्थिक दृष्टिकोन ठेवून चिकित्सक पद्धतीने करता आली पाहिजे.

भारतीय इतिहासातील जमीनदारी, सरंजामशाही इत्यादी संकल्पनांचा अभ्यास करत असताना त्या संकल्पनातील आर्थिक अंगावर विचार करणे क्रमप्राप्त होते. तसेच स्वातंत्र्यानंतरच्या भारतीय इतिहासाचा आर्थिक बाजूने अभ्यास व संशोधन करण्यास दोन्ही सामाजिकशास्त्रे एकमेकांना मदत करत असतात.

जगामधील कोणत्याही राष्ट्राचा इतिहास पाहिल्यास एक गोष्ट प्रकर्षाने दिसून येते की, त्या देशातील प्रशासन व्यवस्थेच्या आर्थिक धोरणांचा परिणाम हा त्या देशातील समाजजीवनावरती काही प्रमाणात का होईना पडत असतो. आधुनिककाळात तर वैश्विकरणामुळे जग एवढे जवळ आले आहे की, एखाद्या देशाच्या आर्थिक धोरणाचा परिणाम त्या देशापुरताच मर्यादित न राहता जगावर पडत असलेला दिसून येतो. उदा. १९२९च्या अमेरिकन राष्ट्रामधील आर्थिक महामंदी जिने पूर्ण जगाला आपल्या कवेत घेतले होते. त्याचबरोबर कार्ल मार्क्सचा आर्थिक दृष्टिकोन हा त्याने मांडलेल्या वर्गसंघर्ष सिद्धांतातून व समाज्याच्या 'आहे रे' व 'नाही रे' या दोन गटांत केलेल्या विभाजनातून दिसून येतो.

याचबरोबर बिस्मार्कने जर्मनीचे राजकीय एकीकरण प्रथम करणे शक्य नसल्याने

जकात संघ स्थापन करून आर्थिक एकीकरण केले. अशा प्रकारे भारतीय इतिहासाचा गतकाळापासून आढावा घेतल्यास अशोकाचे, कनिष्काचे आर्थिक धोरण, तोडरमलची, शेरशहाची आर्थिक सुधारणा, कॉर्नपॉलिसची कायमधारा, थॉमस मन्रोची रयतवारी, स्वातंत्र्योत्तर भारतातील धवलक्रांती, हरितक्रांती इत्यादींचा अर्थशास्त्रीय दृष्टिकोनातून इतिहासाच्या घटनेमधील आर्थिक बाजूचा शोध इतिहासकारास घ्यावा लागतो. त्यामुळे इतिहासामध्ये मानवीय समाजजीवनाचा इतिहास रेखाटत असताना त्याच्या इतर अंगांप्रमाणेच आर्थिक अंगाचासुद्धा शोध घेणे महत्त्वपूर्ण आहे.

इतिहास लेखन व संशोधन करणारा इतिहासकार अर्थशास्त्रीय दृष्टिकोनातून परिणामी आर्थिक व्यवहाराचे संशोधन करत जाईल व त्या प्रमाणामध्ये इतिहासाची आर्थिक बाजू प्रकाशित होईल.

अशा प्रकारे इतिहास व अर्थशास्त्र यांचा संबंध अगदी जवळचा असल्याने दोन्ही सामाजिकशास्त्रांना एकमेकांचे सहकार्य घ्यावे लागते. परंतु, एक गोष्ट इतिहास लेखक व संशोधकांनी लक्षात ठेवली पाहिजे की, फक्त आर्थिक घटक अंतर्भूत नसून मानवी समाजाच्या जीवनातील शेती, व्यवसाय, व्यापार, उद्योगधंदे, दळणवळण, बँका, बाजार इ. सर्व व्यवहारांमध्ये आर्थिक बाब महत्त्वपूर्ण असते. यामुळे साहजिक इतिहास संशोधकाला या सर्व गोष्टींकडे दुर्लक्ष करून इतिहासाची मांडणी करणे अशक्यप्राय आहे. त्याचबरोबर आणखी एक गोष्ट इतिहास लेखकांनी व संशोधकांनी लक्षात ठेवली पाहिजे की, इतिहासातील प्रत्येक घटना घडण्यापाठीमागे आर्थिक कारण असतेच असे नाही. त्यामुळे प्रत्येक घटनेची कारणमीमांसा करताना आर्थिक घटक शोधणे इतिहासकारांनी शक्यतो टाळावे. त्यामुळे वस्तुनिष्ठ लिखाणास व त्या घटनेस योग्यप्रकारे मांडण्यास मदत होते. शेवटी इतिहास व अर्थशास्त्राचा संबंध हा मानवी शरीर व त्या शरीरातील कण्याप्रमाणे असून मनुष्याला जसे कणा ताठ उभे राहण्यास मदत करतो तसेच मानवाला आर्थिक घटक ताठ उभारण्यास मदत करतो व अर्थशास्त्राच्या मदतीने इतिहास मानवी जीवनाच्या संपूर्ण अंगावरती प्रकाश टाकत असताना आर्थिक अंगाच्या बाजूने अर्थशास्त्र इतिहासाला ताठ उभे राहण्यास मदत करते.

४) इतिहास व समाजशास्त्र

इतिहास व समाजशास्त्र या दोन्ही विषयांचा केंद्रबिंदू मानव व मानव समाजच असल्याने दोन्ही शास्त्रांचा संबंध अगदी निकटचा आहे. ही दोन्ही शास्त्रे परस्परांच्या मदतीनेच मानवी समाजाच्या व्यवहारावर प्रकाश टाकत असतात. इतिहासामध्ये मानवी समाजामधील सामाजिक संस्था, संघटना, विचार, नीतिमूल्ये, प्रेरणा, कला इत्यादींवर

प्रकाश टाकला जातो. या दोन्ही शास्त्रांच्या दृष्टिकोनामध्ये जरी फरक असला तरी दोन्हींच्या ध्येयामध्ये समानता असून समाजशास्त्रामध्ये समाजामधील विभिन्न सामाजिक घटकांचा, परंपरा, व्यावहारिक साधने, कुटुंब संस्था, स्त्रियांचा दर्जा, जातिव्यवस्था, संस्कार इत्यादींचा शास्त्रीय पद्धतीने अभ्यास केला जातो, तर इतिहासामध्ये भूतकाळातील समाज जीवनाशी निगडित संकल्पनांचा अभ्यास केला जातो. त्यामुळे या दोन्ही शास्त्रांत निकटचा संबंध आहे म्हणून तर इ. एच. कार म्हणतात, 'इतिहास जेवढा समाजशास्त्रीय बनेल व समाजशास्त्र जेवढे अधिक ऐतिहासिक बनेल तितके या दोन्ही अभ्यासशाखांमधील अंतर कमी-कमी होत जाईल.' इ. एच. कार यांनी आपले मत मांडून त्या दोन्हींमधील अंतर कमी करून एकमेकांना या दोन्हींचे सहकार्य कसे होईल या दृष्टिकोनातून आपले मत मांडले.

इतिहासामध्ये समाजशास्त्राच्या सहकार्याने समाजशास्त्रीय सिद्धांत, नियम, मनुष्य व्यवहार, धर्म, तत्त्वज्ञान, कला इत्यादींचे अध्ययन केले जाते. समाजशास्त्रामध्येसुद्धा इतिहासातील सामाजिक तत्त्वांविषयी माहिती घेण्याचे कार्य केले जाते व त्याआधारे समकालीन सामाजिक तत्त्वांचे संशोधन करून भविष्यकाळातील सामाजिक तत्त्वांसंबंधी तर्क व्यक्त केला जातो. अशा प्रकारे समाजशास्त्र इतिहासाला वर्तमानकाळातील सामाजिक तत्त्वांचा आलेख प्रस्तुत करते, तर इतिहास समाजशास्त्राला भूतकाळातील सामाजिक तत्त्वांविषयी माहिती मिळवून देते.

म्हणून तर जी. ई. हॉवर्ड म्हणतात, History is the past sociology and sociology is the present History म्हणून तर इतिहासाला 'समाजशास्त्राची प्रयोगशाळा' म्हटले जाते. कारण इतिहास हा गतकाळातील समाजाचे वर्णनात्मक चित्र समाजशास्त्रापुढे ठेवतो. त्यामुळे समाजशास्त्राच्या संशोधनामध्ये विविध घटकांसंबंधी एक पार्श्वभूमी तयार होते. त्याचबरोबर इतिहासामध्ये मानवी जीवनातील अनेक परिवर्तनाचा व त्याच्या विकसित जीवनाचा आलेख क्रमानुसार मांडल्याने समाजशास्त्राला त्याचा उपयोग हा होतच असतो. याविषयी राईट यांचे मत अत्यंत महत्त्वपूर्ण असून त्यांच्या मतानुसार, 'काही मर्यादेपर्यंत समाजशास्त्रज्ञ व इतिहासकार यांची क्षेत्रे एकमेकांशी समान आहेत. इतिहास मानवजातीच्या भूतकाळाचे निरूपण करतो.'

इतिहास तज्ज्ञांकडून मिळालेल्या माहितीला विस्तारीत करण्याचे काम समाजशास्त्रज्ञ करतो. समाजशास्त्रज्ञ ज्याप्रमाणे मनोवैज्ञानिक व मानववंश शास्त्रज्ञ यांच्या परिणामांना ग्राह्य मानतो त्याचप्रमाणे त्याने इतिहासकाराने प्रतिपादन केलेल्या परिणामांनाही ग्राह्य मानावे. अशा प्रकारे इतिहासामध्ये एखाद्या घटनेसंबंधी, मानवी व्यवहारासंबंधीचे अध्ययन समाजशास्त्रामधील सिद्धांताच्या, नियमांच्या आधारे केले

जाते. समाजशास्त्रामध्येसुद्धा गतकाळातील मानवी समाजाच्या व्यवहारांचे, तत्त्वांचे अध्ययन इतिहासाच्या साहाय्याने करून वर्तमानकाळातील सामाजिक व्यवहार, तत्त्वांना समजून घेऊन सामाजिक आलेखाचे विश्लेषण समाजशास्त्रामध्ये केले जाऊ शकते.

अशा प्रकारे समाजशास्त्र व इतिहास यांच्यामध्ये घनिष्ठ संबंध असून ही दोन्ही शास्त्रे एकमेकांच्या विकासामध्ये एकमेकांना सहकार्य करीत असतात. या दोहोंचाही विषय मानव व मानवाचा समूह असल्याकारणाने मांडण्याच्या पद्धती जरी वेगळ्या असल्या तरी ध्येये मात्र समान आहेत. त्याचबरोबर एक गोष्ट ध्यानात घेतली पाहिजे की, या दोन्ही विषयांमध्ये जरी साम्य असले तरी काही प्रमाणत दोन्हींमध्ये विषमताही आहेत. यामध्ये इतिहास हे वर्णनात्मक, तर समाजशास्त्र हे विश्लेषणात्मक शास्त्र असून इतिहासामध्ये वेगवेगळ्या कालखंडातील व्यक्तिचरित्रे, घटना यांचा कालक्रमानुसार अभ्यास केला जातो, तर समाजशास्त्रामध्ये या घटनांचे, व्यक्तीचरित्रांचे सामाजिक अंगाचे विश्लेषण केले जाते. अशा प्रकारे साम्य व वैषम्य लक्षात घेऊनच दोन्ही शास्त्रांचे सहकार्य व अध्ययन केले पाहिजे. इतिहासामध्ये अन्य सामाजिकशास्त्रांप्रमाणेच समाजशास्त्राचीही मदत घेणे क्रमप्राप्त होते. म्हणून तर इतिहास व समाजशास्त्राचा संबंध सांगत असताना असे म्हटले जाते की, इतिहास हा भूतकाळातील समाजशास्त्र होय, तर वर्तमानकाळातले समाजशास्त्र म्हणजे इतिहास होय.

प्रो. मिचेल पोस्टन म्हणतात, 'इतिहासाने फक्त अद्वितीय घटना आणि विशिष्ट व्यक्ती यावर आपले लक्ष केंद्रीत केले तर इतिहास रुक्ष व टाकाऊ होईल. याउलट, इतिहासामध्ये तौलनिक विश्लेषण आणि सिद्धांत मांडले तर इतिहासाला अधिक दर्जा प्राप्त होईल. कोणत्याही घटनेतून सामान्य नियम प्रस्थापित करण्याची क्षमता इतिहासामध्ये दिसून आल्यास इतिहास समाजशास्त्राच्या जास्त जवळ जाईल.'

अर्थात, इतिहास व समाजशास्त्राचा तौलनिक अभ्यास करणे गरजेचे असून त्याद्वारे एकमेकांचा विकास होऊ शकतो.

प्रश्न

१) इतिहासाचा अर्थ व व्याख्या सांगून स्वरूप स्पष्ट करा.

२) इतिहासाचे स्वरूप आणि व्याप्ती स्पष्ट करा.

३) इतिहासाचे अर्थशास्त्र व समाजशास्त्राशी असलेले संबंध स्पष्ट करा.

४) इतिहासाचे राज्यशास्त्र आणि भूगोलाशी असलेले संबंध स्पष्ट करा.

५) इतिहासाच्या साहाय्यकारी शास्त्रांचा थोडक्यात आढावा द्या.

६) टिपा

१) इतिहासाची व्याप्ती

२) इतिहासाचे महत्त्व

३) इतिहास : एक कला

४) इतिहास : एक शास्त्र

प्रकरण
२

ऐतिहासिक संशोधनाची साधने
(Sources of Historical Research)

अ) **प्राथमिक, दुय्यम आणि मौखिक साधने**
(Primary, Secondary and Oral Sources)

ब) **लिखित व अलिखित साधने**
(Written, Unwritten)

क) **साधनांचे महत्त्व**
(Importance of Sources)

इतिहास विषयाला शास्त्राचा दर्जा प्राप्त झाल्याने त्याला सत्याप्रत घेऊन जाण्यासाठी विविध मार्गांचा मागोवा घ्यावा लागतो. या सत्याप्रत मार्गांचा मागोवा घेणे तसे अवघड कार्य आहे. कारण ऐतिहासिक घटना घडून बराच कालावधी झालेला असतो. परंतु, ते सोपे करण्याचे कार्य साधने करत असतात. जेव्हा इतिहासकार ऐतिहासिक घटनांचे अवलोकन वर्तमानकाळात करीत असतो तेव्हा त्या घटनांचे अवलोकन करण्यासाठी साधने ही मार्गदर्शक व पथदर्शक म्हणून कार्य करीत असतात. खरेतर साधनांशिवाय इतिहास लेखन होऊच शकत नाही. म्हणून तर प्रो. लॅजीलॉस आणि सेनबॉस Introduction of the study of History या ग्रंथात No Documents, No History असे म्हणतात. कारण इतिहासाचा मूळ आधार साधनच असतो. मुळातच इतिहासकार इतिहास लेखन करीत असला तरी साधनेच ऐतिहासिक घटनांचे कथन करीत असतात. त्या काळाचे, घटनांचे, प्रसंगाचे उद्‌घाटन व प्रकटीकरण साधनेच करीत असतात म्हणून इतिहास लेखनामध्ये साधनांना अनन्यसाधारण महत्त्व आहे.

ऐतिहासिक साधने व्याख्या :

‘ज्या वस्तूंच्या आधारे इतिहासकाराद्वारे तत्कालीन घटनांची मांडणी केली जाते, त्या वस्तूंना ऐतिहासिक साधने असे म्हणतात.’

– प्रो. बॅरलॉश

'इतिहासकार भूतकाळातील घटना आपल्या तुटपुंज्या ज्ञानाच्या व पुराव्यांच्या आधारे लिहिण्याचा प्रयत्न करतो.'

– प्रो. मायकेल स्टॅनफोर्ड

'ऐतिहासिक घटिते पुरावा निर्माण करतात व हेच पुरावे किंवा साधने ऐतिहासिक ज्ञानाचा आधार ठरतात.'

अशा प्रकारे भूतकाळातील घटना घडत असताना निर्माण झालेला प्रत्येक पुरावा तो लिखित, अलिखित, वस्तुरूप असू शकतो. त्या सर्वांना साधने म्हणून इतिहासामध्ये महत्त्वपूर्ण स्थान आहे.

ऐतिहासिक साधनांचे वर्गीकरण :

ऐतिहासिक साधनांचे वर्गीकरण त्या साधनांच्या स्वरूपावरून, विश्वसनीयतेवरून, कालखंडानुरूप केले जाते. कारण ऐतिहासिक घटना घडून कित्येक काळ लोटलेला असतो. काही साधने ही ती घटना घडत असताना निर्माण झालेली असतात, तर काही घटना घडून गेल्यानंतर काही कालावधीनंतर निर्माण होतात, तर काही साधनांची निर्मिती या साधनांचा आधार घेऊन निर्माण झालेली असतात. त्याचबरोबर निर्मित साधनांचे वर्गीकरण करीत असताना त्या साधनांचा उद्देश अथवा हेतू लक्षात घ्यावा लागतो. त्यामुळेच साधनांचे काळानुरूप उद्देशस्वरूप, वस्तूस्वरूप, लिखित, अलिखित, प्राथमिक, दुय्यम इत्यादीप्रकारे वर्गीकरण केले जाते. असे वर्गीकरण केल्याने आपणास त्या घटनेच्या मुळापर्यंत पोहोचण्यास मदत होते. आपण प्राथमिक व दुय्यम साधने अशा प्रकारे साधनांचे वर्गीकरण करून त्यांचा आढावा घेवू या.

अ) प्राथमिक साधने :

प्राथमिक साधने किंवा प्रथमदर्जाची साधने म्हणजे घटना घडत असताना जी साधने निर्माण झालेली असतात त्या साधनांना 'प्राथमिक साधने' असे म्हणतात. म्हणून या साधनांना महत्त्वपूर्ण स्थान तर आहेच त्याचबरोबर ती साधने अधिक विश्वसनीय असतात. प्राचीन काळापासून आधुनिक काळापर्यंतच्या मनुष्याचा इतिहास जाणून घ्यायचा झालाच तर या साधनांशिवाय अशक्य आहे. प्राथमिक साधनांचे महत्त्व अनेक दृष्टिकोनातून महत्त्वपूर्ण असलेले आपणास निदर्शनास येते. ते पुढीलप्रमाणे–

१) प्राथमिक साधने ही विश्वसनीय व अपरिवर्तनशील असतात.
   उदा. किल्ले, शासकीय कागदपत्रे, ऑडिओटेप्स.

२) प्राथमिक साधने चिरकाल टिकतात. उदा. नाणी, ऐतिहासिक वास्तू.

३) प्राथमिक साधने ही ऐतिहासिक घटना घटित होत असताना निर्माण झालेली असतात. उदा. प्रशासकीय कागदपत्रे, स्तूप.

४) प्राथमिक साधनांमुळेच घटनेच्या सत्यान्वेषणामध्ये कुठलीही कसर राहात नाही व इतिहास सत्याच्या व तथ्याच्या जवळ जातो.

५) प्राथमिक साधनांचे एखादे चिठोरे, वस्तू, लेख अनेक दुय्यम साधनांच्या ग्रंथांच्या वरचढ असते. उदा. शिलालेख, ताम्रपट.

६) इतिहासातील घटनांचे खरे चित्र प्राथमिक साधनांमुळेच रेखाटता येते.

७) प्राथमिक साधनांचा हेतू किंवा उद्देश हा तत्कालीन घटना शुद्ध स्वरूपात मांडणे हा असतो.

अशा प्रकारे प्राथमिक साधनांचे महत्त्व आहे.

या प्राथमिक साधनांचेसुद्धा संशोधनाच्यादृष्टीने दोन प्रकार पडतात.

१) लिखित साधने : शासकीय कागदपत्रे, वैयक्तिक रोजनिशी, खासगी पत्रव्यवहार, तह व करार यांची कागदपत्रे, जमा-खर्चाच्या नोंदी, छायाचित्रे, ऑडिओ-व्हिडिओ टेप्स, शासकीय आदेश इत्यादी.

२) अलिखित साधने : शिलालेख, ताम्रपट, नाणी, मूर्ती उत्खननीत साधने, किल्ला, लेण्या, नकाशे, स्मृतिशिला इत्यादी.

ब) लिखित साधने

१) प्रशासकीय कागदपत्रे : प्रशासकीय कागदपत्रे ही तत्कालीन इतिहास जाणून घेण्यास महत्त्वपूर्ण साधन आहे. कारण या कागदपत्रांवरून तत्कालीन प्रशासन व्यवस्थेची माहिती तर मिळतेच त्याशिवाय हे साधन तत्कालीन सामाजिक, आर्थिक, राजकीय विषयांचे ज्ञान करून देण्यास मदत करते. प्रशासकीय साधने ही त्याकाळात लिहिली गेल्याने ती अधिक अस्सल व विश्वसनीय असतात. उदा. मोगल-रजपूत संबंधांतील प्रशासकीय कागदपत्रे, मराठे व इतर सत्ताधीश संबंधांतील प्रशासकीय कागदपत्रे, इंग्रज गव्हर्नर जनरल, शेतकरी कामगार चळवळी, स्त्रीमुक्ती संघटनेची कागदपत्रे, न्यायालयीन आदेश इत्यादी.

२) वैयक्तिक रोजनिशी : इतिहासप्रसिद्ध व्यक्ती की, ज्या व्यक्तीने आपल्या कार्याद्वारे त्या काळातील राजकीय, धार्मिक, आर्थिक तथा सामाजिक क्षेत्रांत अतुलनीय अशी छाप टाकलेली असते. ती व्यक्ती स्वत:च्या जीवनातील रोजच्या रोज घडणारे प्रसंग हे नोंदवित असतात. यामध्ये त्यांचा इतरांशी आलेला संबंध, चर्चा यांचा उल्लेख ती व्यक्ती करीत असते. ही रोजनिशीसुद्धा इतिहास लेखनाचे महत्त्वपूर्ण साधन मानले आहे. उदा. पंडित जवाहरलाल

नेहरूंची, औरंगजेबाची, विविध ब्रिटिश गव्हर्नर जनरलची रोजनिशी. परंतु, एका गोष्टीचे भान हे साधन हाताळताना घेतले पाहिजे की, या साधनांमध्ये कधी-कधी पूर्वग्रह, अर्थपूर्ण माहिती, अतिरंजनतापूर्ण नोंदसुद्धा केलेली असते.

३) **गुप्त व खासगी पत्रव्यवहार :** गुप्त व खासगी पत्रव्यवहारातील आशय व मजकूर अत्यंत विश्वसनीय व्यक्तीला लिहिला जातो. साधारणत: गुप्तपत्र व्यवहाराचा संबंध राजकीय बाबींशी जास्त असून सर्वसामान्य जनतेचा फारसा संबंध यामध्ये नसतो. उदा. भारत व रशिया यांच्यामधील संरक्षणात्मक करार.

खासगी पत्रव्यवहार हा दोन भिन्न स्तरावरील, देशातील, प्रदेशातील कार्य करणाऱ्या शासकीय अधिकाऱ्यांमध्ये एखाद्या समस्येचे निराकरण करण्यासाठी केला जातो. या पत्रव्यवहाराला इतिहास लेखनात महत्त्वपूर्ण स्थान आहे. उदा. हिटलर, पंडित नेहरू, सरदार वल्लभभाई पटेल यांच्या पत्रव्यवहारांचा वापर करताना अत्यंत चिकित्सक पद्धतीने करावा लागतो.

४) **आठवणी व आत्मवृत्ते :** इतिहासातील प्रसिद्ध व्यक्ती या आपल्या जीवनातील आठवणी व आत्मवृत्ते लिहीत असतात. ज्याचा हेतू त्यांच्या कार्याचा, अनुभवांचा फायदा भावी पिढीला मार्गदर्शक ठरावा हा असतो. उदा. जहांगिराचे आत्मचरित्र 'तुझुकी-ए-जहांगिरी', नेहरूंचे 'भारताचा शोध', अब्दुल कलामांचे 'अग्निपंख', त्याचबरोबर विन्स्टन चर्चिलने दुसऱ्या महायुद्धातील आठवणी लिहिल्या आहेत.

५) **जमा-खर्चाच्या नोंदी :** राजकीय प्रशासन व्यवस्थेची महत्त्वपूर्ण बाब म्हणजे त्याचा आर्थिक स्रोत व विनियोग होय. राज्यकारभार करत असताना जी विविध खाती आहेत त्यांच्यामध्ये होणाऱ्या आर्थिक जमा-खर्चाच्या नोंदीसुद्धा महत्त्वपूर्ण असतात. त्याद्वारे आपणास त्या राज्याची आर्थिक परिस्थिती समजण्यास मदत होते. उदा. संस्थानिकांचा जमा-खर्च, मोगलांचा जमा-खर्च, विविध खासगी व सामाजिक संस्थांचा जमा-खर्च इत्यादी.

६) **सार्वजनिक कागदपत्रे :** सार्वजनिक कागदपत्रे हा एक सरकारच्या धोरणाचाच भाग असतो. यामध्ये जी माहिती प्रसिद्ध केली जाते ती विश्वसनीय असते. उदा. अकबराने हिंदूवरील जिझिया व तीर्थंकार यासंबंधी काढलेला वटहुकूम, ओबामा-नरेंद्र मोदी यांच्या भेटीनंतर काढलेले परिपत्रक, परंतु ही सार्वजनिक कागदपत्रे गुप्त व खासगी कागदपत्रांप्रमाणेच विश्वसनीय असतीलच असे नाही.

७) **तह व करार :** दोन राजकीय व्यक्तींमध्ये जेव्हा संघर्ष होतो त्या संघर्षानंतर

दोघांमध्ये तह होत असतो. यामध्ये जी कलमे असतात तीसुद्धा इतिहास लेखनामध्ये महत्त्वाची साधने मानली जातात. उदा. वसईचा तह, व्हर्सायचा तह, पुरंदरचा तह इत्यादी.

करार हा नेहमी दोन किंवा अधिक व्यक्तींमध्ये, देशांमध्ये, क्षेत्रांमध्ये होत असतो. ज्याद्वारे प्रगती व समस्या निराकरण करणे हा हेतू असतो. उदा. पुणे करार, शिक्षण क्षेत्रातील करार.

८) **मुलाखती व प्रश्नावली :** मुलाखती व प्रश्नावली या साधनांचा उपयोग आधुनिक काळात काही दशकांपूर्वीपासून सुरू झाला. सामाजिक, राजकीय, शैक्षणिक, शेतकरी, स्त्रियांच्या प्रश्नांसंबंधी ज्या चळवळी सुरू झाल्या त्या चळवळींचे नेतृत्व करणाऱ्या व सहभागी होणाऱ्या व्यक्तींचे मत, मुलाखती व प्रश्नावलीच्या स्वरूपात मिळवले गेले. जेव्हा या चळवळींचा इतिहास लिहिला गेला तेव्हा याच साधनांची साह्यतासुद्धा इतिहास लेखनाला झाली. मुलाखत व प्रश्नावली ही दोन्ही साधने जरी प्रत्यक्षदर्शी असली तरी त्याचा उपयोग करताना बारकाईने लक्ष देणे गरजेचे आहे. उदा. भारतात जेव्हा आणीबाणी पुकारली होती तेव्हा घेतलेल्या मुलाखती व प्रश्नावल्या.

९) **धार्मिक स्थळांशी निगडित कागदपत्रे :** जगाचा इतिहास जर पाहिला तर धर्माला, धर्माशी निगडित स्थळांना विशेष महत्त्व असलेले आपणास दिसून येते. प्राचीन काळापासून आधुनिक काळापर्यंतच्या सामाजिक अंगांचा अभ्यास केल्यास धर्म हा समाजजीवनाशी निगडित असा अविभाज्य घटक असल्याचे निदर्शनास येते. धर्म व धार्मिक स्थळांना देण्यात येणाऱ्या धार्मिक सनदा, दानपत्रे यावरून आपणास तत्कालीन धार्मिक, सांस्कृतिक परिस्थिती जाणून घेण्यास मदत होते. धार्मिक स्थळांशी निगडित असणाऱ्या जमा-खर्चाच्या नोंदीसुद्धा महत्त्वपूर्ण आहेत. भारतातील काही मंदिरे तर व्यापारांना, शेती व्यवसायास आर्थिक साह्यसुद्धा करताना आढळतात. उदा. तिरुपतीचे मंदिर. त्याचबरोबर जगामध्ये ख्रिश्चन, मुस्लीम धर्म असतील त्यांच्या स्थळांशी निगडित कागदपत्रेसुद्धा महत्त्वपूर्ण प्राथमिक लिखित साधने मानली गेली आहेत. धार्मिक स्थळांच्या कागदपत्रांचा उपयोग तत्कालीन धार्मिक, सांस्कृतिक इतिहास रेखाटताना साह्यकारी ठरतो. मौर्य काळातील, बुद्ध धर्माशी निगडित दानपत्रे, गुप्त, पेशवे कालखंडातील धार्मिक सनदा, दानपत्रे, अन्नछत्र मंडळे, यज्ञकर्म आदी इतिहास लेखनासाठी अस्सल साधन म्हणून महत्त्वपूर्ण आहे.

१०) **तंत्रविज्ञानावर आधारित आधुनिक साधन :** तंत्रविज्ञानातील प्रगती ही सर्व

मानव जातीस उपकारक ठरली तशी इतिहास लेखनासाठीसुद्धा महत्त्वपूर्ण ठरलेली आहे. तंत्रविज्ञानाच्या आविष्कारातून निर्मित झालेल्या ऑडिओ-व्हिडिओ टेप्स, छायाचित्रे, कॅमेरा, इंटरनेट, उपग्रह आदी साधनांचा उपयोग इतिहास लेखनामध्ये मूळ साधन म्हणून होतो. स्वदेश-विदेश दौऱ्यामध्ये राष्ट्रप्रमुखांचे करार हे आपण ऑडिओ-व्हिडिओ साधनांद्वारे रेकॉर्ड करून ठेवू शकतो. तसेच वेगवेगळ्या सामाजिक, राजकीय, धार्मिक क्षेत्रांत काम करणाऱ्या व्यक्तींच्या योगदानाचे त्यांच्याच शब्दांत त्यांचे कार्य व कार्यफलित आपण या साधनांच्या आधारे नोंदवू शकतो. उदा. मेधा पाटकर, नरेंद्र मोदी, बराक ओबामांची भारत भेट, पंडित नेहरूंनी दाखवलेले आधुनिक भारताचे स्वप्न इत्यादी.

११) **परकीय प्रवाशांची प्रवास वर्णने :** भारतामध्ये वेगवेगळ्या कारणांसाठी परकीय प्रवाशांचे आगमन होत राहिले आहे. यामध्ये चीन, फ्रेंच, पोर्तुगीज, इंग्रज, डच आदी देशांतील प्रवासी ज्यावेळेस भारतामध्ये आले त्यावेळेस त्यांनी जसा भारत अनुभवला, बघितला तसे वर्णन केलेले आहे. परंतु, काहीवेळेस त्यांच्या प्रवास वर्णनांत एकांगीपणा, गैरसमजातून काही त्रुटीसुद्धा असलेल्या आढळून आलेल्या आहेत. परंतु, त्यांनी जी प्रवास वर्णने लिहिली आहेत त्याचा मोठा फायदा इतिहास लेखनास झालेला दिसून येतो.

उदा. इब्नबतूता, फरिश्ता, फहियान, निकोलस, मनुची, इत्सिंग इत्यादी परकीय प्रवाशांची प्रवास वर्णने इतिहास लेखनाचे प्राथमिक लिखित साधन म्हणून महत्त्वपूर्ण भूमिका बजावताना आढळतात.

क) अलिखित साधने

ज्यावेळेस मानवाला लेखनकलेचे, भाषेचे ज्ञान नव्हते म्हणजेच अश्मयुगीन कालखंडापासून आजपर्यंत मानवी जीवनात जी स्थित्यंतरे घडून आली, प्रगती घडून आली त्याची प्रत्यक्ष साक्ष ही अलिखित साधने असतात. अलिखित साधनांचे महत्त्व इतिहास लेखनामध्ये याच कारणाने आहे की, ही साधने समकालीन असतात व नाशवंत नसतात. त्याचबरोबर या साधनांमध्ये कुठल्याही प्रकारचा बदल करता येत नाही. त्यामुळे यांची विश्वसनीयता अन्य साधनांपेक्षा जास्त असते. या साधनांना बोलके करण्याचे काम इतिहासकार करीत असतो. आपण खालील अलिखित साधनांचा आढावा घेऊ ज्यांनी त्या-त्या काळाचा इतिहास जिवंत ठेवला.

१) **शिलालेख :** शिलालेख म्हणजे मोठमोठ्या दगडांच्या शिलांवर जे आलेख कोरले गेले त्यास आपण 'शिलालेख' म्हणतो. शिलालेखांचा उपयोग इतिहास

लेखन करताना महत्त्वपूर्ण मानला गेला आहे. सम्राट अशोकाचा शाहबाजगडी, मानसेहरा, समुद्रगुप्ताचा अलाहबादचा, कलिंगचा राजा, खारवेलचा हाथिगुंफा, चालुक्य, गुज्जर, शिलाहार यांचे शिलालेख आपणास तत्कालीन साम्राज्याची, सम्राटाच्या व्यक्तिमत्त्वाची ओळख करून देतात. तसेच विविध मंदिरे, भिंती, किल्ल्यातील द्वारलेख, बुरूजलेख हे शिलालेखसुद्धा तत्कालीन इतिहास नोंदवताना महत्त्वपूर्ण ठरतात. उदा. चालुक्यसम्राट पुलकेशी दुसरा याचा ऐहोळ शिलालेख आहे. ज्या शिलालेखामध्ये त्याने हर्षवर्धनवर विजय मिळविला होता याची माहिती मिळते. या शिलालेखामध्ये राजकीय अंगाबरोबरच, सामाजिक, आर्थिक, धार्मिक इत्यादी अंगाची, प्रथा, परंपरा, भाषा आदी विषयांची माहिती मिळते.

२) **ताम्रपट :** तांब्याच्या पत्र्यावर जे आलेख कोरले जातात त्यास 'ताम्रपट' असे म्हणतात. भारतात सापडणाऱ्या जास्तीतजास्त ताम्रपटांचा उपयोग दानपत्रे, जमिनीविषयक हक्कपत्रे याचसाठी केलेला आढळून येतो. भारतात एक पत्र्यापासून ते २१ पत्र्यांपर्यंतचे ताम्रपट आढळून आलेले आहेत. पल्लव वंशाचा राजा नंदीवर्मा व राजेंद्र चोलचा क्रमश: अकरा व एकवीस पत्रांचा ताम्रपट मिळतो. ताम्रपटांचे लेखन करत असताना विशिष्ट पद्धत वापरली गेली आहे. प्रथम राजा स्वत: इष्टदेवतांची प्रार्थना करतो. त्यानंतर आपल्या घराण्यातील पराक्रमी व्यक्तींची नावे देतो नंतर दानाविषयी माहिती देतो. अशा प्रकारे ताम्रपटावरून आपणास त्या राजाची वंशावळ, धार्मिक, सामाजिक, महत्त्वपूर्ण घटना, दृष्टिकोन इत्यादींची माहिती मिळते. उदा. प्रभावती गुप्ता यांचा पुणे ताम्रपट, दंतीदुर्गचा वेरूळचा ताम्रपट इत्यादी.

३) **स्तंभलेख व स्मृतिशिला :** दगडी स्तंभावरती जे लेख कोरले त्या लेखांना 'स्तंभलेख' असे म्हणतात. सम्राट अशोकाचे, समुद्रगुप्ताचे, चालुक्याचे स्तंभलेख तत्कालीन इतिहासाची साक्ष सांगतात. विशेष स्त्री–पुरुषांच्या मृत्यूनंतर त्यांच्या स्मरणार्थ ज्या शिलांची निर्मिती केली त्या शिलांना 'स्मृतिशिला' असे म्हणतात. दक्षिण भारतात वीरगल सतिशिला या दक्षिण भारताचा इतिहास रेखाटताना महत्त्वपूर्ण ठरतात.

४) **नाणी :** नाणी हे एक इतिहास लेखनाचे महत्त्वपूर्ण साधन आहे. भारतामध्ये प्राचीन काळी जी नाणी होती त्या नाण्यांना मधोमध छिद्र असल्याने पंचमार्क नाणे म्हटले गेले. खरे तर ग्रिकांच्या आक्रमणानंतर भारतीय नाण्यांत आखीवरेखीव शुद्धता येत गेली. राजे, व्यापारी, पेढी मालक यांची नाणी मोठ्या प्रमाणात

सापडतात. त्याचबरोबर ही नाणी सोने, चांदी, शिसे, कांस्य इत्यादी धातूंपासून बनवलेली होती. नाण्यांवरून आपणास त्या राज्याची आर्थिक परिस्थिती जाणून घेण्यास मदत होते. उदा. गुप्तांचा कालखंड सुवर्णकालखंड मानला जातो. परंतु, स्कंदगुप्तानंतर नाण्यांमध्ये आलेला मिश्रितपणा त्याच्या खालावलेल्या आर्थिक परिस्थितीची माहिती देतात. त्याचबरोबर नाण्यांवर कोरलेले लेख, सन, राजाचे नाव, उपाधी इत्यादींवरून कालखंड, सामाजिक, वैचारिक परिस्थितीची माहिती करून घेण्यास मदत होते. उदा. गुप्तांची धनुर्धारी, सिंहघातक, व्याघ्र, इत्यादी कुशाणांचा इतिहास तर नाण्यांमुळेच उजेडात आला.

५) **स्तूप व चैत्यगृहे :** गौतमबुद्ध व बौद्धभिख्खू यांच्या अवशेषांवर त्यांच्या स्मृतीप्रीत्यर्थ जे स्मारक बांधले त्यास 'स्तूप' असे म्हणतात. एकट्या सम्राट अशोकाने ८४,००० स्तूप बांधले होते. सांची, सारनाथ, श्रावस्ती, कपिलावस्तू, पावा, कुशीनगर येथील स्तूप महत्त्वपूर्ण आहेत. या स्तुपांवर कोरलेले लेख, जातक कथा, बुद्धांचे विचार, शिल्प, चित्रे, शैली यावरून तत्कालीन लोकांची जीवनशैली माहीत होण्यास मदत होते. या स्तुपांवरून तत्कालीन समाजाचा पेहराव, केशभूषा, सौंदर्यवादी, धार्मिक, सामाजिक दृष्टिकोन समजण्यास मदत होते.

ज्या दालगृहात बौद्धभिख्खू प्रार्थना करीत असत त्यांना 'चैत्यगृह' म्हटले जाते. या चैत्यांची आकृती साधारणत: आयताकृती असून अमरावती, नागार्जुन कोंडा, सांची याठिकाणची चैत्यगृहे महत्त्वपूर्ण आहेत.

६) **लेण्या :** धार्मिक व अधार्मिक कारणांसाठी जरी लेण्या कोरल्या असल्या तरी त्या लेण्यांवरून आपणास राजवंश, धर्म याबाबत माहिती मिळते. महाराष्ट्रामधील वेरूळ, अजंठा, कार्ले, भांजे, बेंडसे, कान्हेरी, नाशिक, जुन्नर याठिकाणी लेण्या आढळतात. या लेण्यांचा प्रारंभ सातवाहन कालखंडापासून झाला. भारतात काठीयावाड, ओडिशा, राजस्थान याठिकाणीसुद्धा लेण्या आढळतात. या लेण्यांवरती जे शिल्पकाम केलेले आहे ते आजही जगातील पर्यटकांचे लक्ष वेधून घेताना आढळते.

७) **चित्रे व नकाशे :** मानवाला ज्यावेळेस लिपीचे ज्ञान नव्हते तेव्हा त्याने आदान-प्रदानाच्या गरजेपोटी चित्रे काढण्यास सुरुवात केली. नंतरच्या काळामध्ये याच चित्रांतून चित्रकेलचा आविष्कार होत गेला. हळूहळू याला राजश्रयसुद्धा मिळत गेला. भारतात पूर्वीपासून चित्रकला ही प्रगत अवस्थेमध्ये होती. त्यामुळे

जनावरे पशुपक्षी, देव, दानव इत्यादींची चित्रे विपुल प्रमाणात आढळतात. उदा. सिंधू संस्कृतीचे उत्खनन केल्यानंतर त्या उत्खननात वस्तूंवर विपुल प्रमाणात चित्रे आढळली आहेत. काळ बदलत गेला तसा चित्रातील ओबडधोबडपणा नष्ट होऊन सौंदर्याचा प्रभाव वाढत गेला. भारतीय चित्रकलेवर इराणी, चिनी शैलींचा प्रभाव मध्ययुगीन कालखंडात आढळतो. याचे मुख्य कारण सुलतान व मोगल साम्राज्याने त्यांना दिलेला राजाश्रय.

नकाशांची निर्मिती मानवी जीवन स्थिरावल्यानंतर युद्धसंचलनासाठी, जमिनीच्या मोजणीसाठी झालेली दिसून येते. परकीय प्रवासी भारतामध्ये आल्यानंतर त्यांनी भारताचे नकाशे तयार केले. परंतु, त्यांच्यामध्ये शास्त्रशुद्ध नकाशांचा अभाव आढळतो. नकाशांवरूनसुद्धा तत्कालीन राजवंश, भौगोलिक परिस्थिती यांचा इतिहासलेखनात उपयोग करताना लक्ष देण्याची गरज आहे.

८) **मुद्रालेख :** प्राचीन काळापासून मुद्रांचा वापर व्यापार, गुप्त पत्रव्यवहार, दान, बक्षिसे, भेट स्वरूपात दिलेल्या वस्तू, ओळख इत्यादींसाठी प्रतीक म्हणून होत आलेला आहे. सिंधू, इजिप्त, ग्रीक, बेबोलियन संस्कृतीमध्ये विपुल प्रमाणात मुद्रा सापडलेल्या आहेत. उदा. 'प्रतिपच्चंद्रलेखेव वर्धिष्णुर्विश्ववंदिता शाहसुनो: शिवस्यैषा मुद्रा भद्रायराजते' ही मराठ्यांची शिवरायांनी तयार करवून घेतलेली मुद्रा अत्यंत महत्त्वपूर्ण आहे. मध्ययुगीन, आधुनिक कालखंडातसुद्धा मुद्रांना महत्त्वपूर्ण स्थान आहे. या मुद्रालेखावरून राजकीय, सामाजिक, धार्मिक, आर्थिक दृष्टिकोन माहिती करून घेण्यास मदत होते.

९) **हत्यारे व अवजारे :** मानवीय गरजांतून हत्यारे व अवजारांची निर्मिती झाली. स्वसंरक्षण, शिकार, वर्चस्व प्रस्थापित करणे यामधून नवनवीन हत्यारांची निर्मिती झाली. प्राचीन काळी दगडांपासून, हाडांपासून, लाकडांपासून हत्यारांची निर्मिती संरक्षण व शिकारीसाठी केली गेली. नंतर बदल होत लोखंडाच्या अत्याधुनिक तंत्रज्ञानाच्या जोरावर तलवार, बंदुका, बॉम्ब इत्यादी हत्यारांची निर्मिती झाली.

उदा. गेंडासा, वेधणी, चॉपर, तलवार, अणुबॉम्ब.

मानव जीवन स्थिरावल्यानंतर शेतकऱ्यांसाठी वस्तूंच्या निर्मितीसाठी, जंगल साफ करण्यासाठी अवजारांची निर्मिती झाली. उदा. नांगर, फाळ इत्यादी हत्यारे व अवजारेसुद्धा इतिहासाची महत्त्वपूर्ण साधने आहेत. कारण ही साधने मानवाच्या वाटचालीची माहिती देत असतात.

१०) **मंदिर व मूर्ती, चर्च, मस्जिद, गुरूद्वारे :** गुप्त कालखंडापासून खऱ्याअर्थाने मंदिर निर्मितीस सुरुवात झाली. उत्तरेपासून-दक्षिणेपर्यंत अनेक मंदिरांची निर्मिती

केली गेली. या मंदिरांची रचना, शैली यामध्ये वैविध्यता व सौंदर्यता दिसून येते. मुस्लिम आक्रमणानंतर गुरूद्वारांची निर्मिती झाली. ही धर्मस्थळे तत्कालीन शासकाची धार्मिकतेची माहिती देतात. त्याचबरोबर मनुष्याच्या कलात्मक सौंदर्याची व विकसित बौद्धिकतेची, आर्थिक संपन्नतेचीही साक्ष देताना आढळतात. उदा. देवगडचे मंदिर, कुव्वत उल-इस्लाम मस्जिद, सुवर्णमंदिर इत्यादी.

११) **किल्ले व राजवाडे :** किल्ले व राजवाडे खऱ्याअर्थाने त्याकाळाचा जिवंत इतिहास आहे, असे म्हटले जाते. सुरक्षेच्या, प्रशासनाच्या कारणास्तव किल्ल्यांची, राजवाड्यांची निर्मिती झाली. किल्ल्यांमध्येही भुईकोट, जलदुर्ग, वनदुर्ग, गिरीदुर्ग असे प्रकार पडतात. भारतात वैदिक कालखंडापासून दुर्ग अस्तित्वात आहेत. उदा. असीरगढ, मांडू, रायगड, जंजिरा, प्रतापगड, दिल्ली, फतेपूर-सिक्री, अजमेर, लाहोर इत्यादी राजवाड्यांमध्ये पहिला बाजीराव यांनी बांधलेला पुण्याचा शनिवार वाडा विशेष उल्लेखनीय आहे. शाहिस्तेखान प्रसंगाशी निगडित असलेला लालमहाल शिवरायांचे बालपण, पराक्रम, धाडस यांची साक्ष देताना आढळतो.

१२) **नैसर्गिक वास्तू :** मनुष्याचा व निसर्गाचा संबंध फार घनिष्ठ आहे. निसर्गामध्ये ज्या नैसर्गिक वास्तू आहेत उदा. नदी, पर्वत, नाले, झाडेझुडूपे, दऱ्या इत्यादी इतिहासाची साधनेच आहेत, शिवरायांच्या युद्धमोहिमांचे वर्णन या नैसर्गिक वास्तूंना वगळून पूर्णच होत नाहीत. हिमालयात आढळणाऱ्या खैबर, बोलन खिंडी या परकियांच्या आक्रमणाच्या, व्यापारी मार्गांच्या साक्ष देतात.

१३) **उत्खननातील अर्वाचिन वस्तूंचे अवशेष :** मानव हा काळाबरोबर चालणारा प्राणी आहे. काळाबरोबर चालत असताना त्याने अनेक वस्तू आपल्या बुद्धिचातुर्याच्या जोरावर निर्माण केल्या. परंतु, निर्सगाच्या अवकृपेमुळे अथवा अन्य कारणांस्तव काही वेळा या वस्तू भूगर्भात गाडल्या गेल्या. या वस्तूंमध्ये खापरे, दैनंदिन वापरातील वस्तू ज्या बांगड्या, अन्नधान्य, शंखशिंपले, सौंदर्यप्रसाधनाची साधने इ. वस्तू ज्यावेळेस उत्खनन केले त्यावेळेस भरपूर प्रमाणात मिळाल्या. या वस्तूंच्या आधारेच मनुष्य संस्कृतीच्या विकासाचा आढावा घेतला गेला. उदा. सिंधू संस्कृतीच्या उत्खननामध्ये जी महास्नानगृहे, भोजनालये, तटबंदी, गोदीबाडे, धान्याची कोठारे इत्यादी आढळून आले त्यावरून ही संस्कृती जगातील तत्कालीन संस्कृतींपेक्षा प्रगल्भ व विकसित होती याचे ज्ञान भारतीयांना मिळाले. आधुनिक काळात जवळजवळ सर्व

देशांत पुरातत्त्व खाते या प्राचीन वस्तूंचे अवशेष उत्खनन करून नवीन इतिहास प्रकाशात आणण्याचे कार्य करत आहे.

दुय्यम साधने

इतिहास लेखनामध्ये प्राथमिक साधनांइतके महत्त्व दुय्यम साधनांना नसले तरीसुद्धा ही साधने इतिहास लेखनात प्राथमिक साधनांसारखी साहाय्य करीत असतात. दुय्यम साधनांची निर्मिती जरी प्राथमिक साधनांवरून झालेली असली तरीसुद्धा या साधनांचे महत्त्व कमी होत नाही. परंतु, याचा उपयोग करत असताना चिकित्सक दृष्टिकोन इतिहासकाराला ठेवावा लागतो. कारण ही साधने शतप्रतिशत खरी असतीलच असे नाही. या साधनांचे महत्त्व पुढीलप्रमाणे असलेले आढळून येते.

१) इतिहासाचा तुटलेला सांधा जोडता येतो.

२) एखाद्या घटनेचा परिपूर्ण अभ्यास करण्यासाठी या साधनाची मदत होते.

३) राजघराण्यांचा क्रमवार इतिहास मांडता येतो.

४) माहिती संकलनासाठीसुद्धा याचे महत्त्व आढळून येते.

५) प्राथमिक साधनांच्या आधारे तुटलेल्या घटनेला परिपूर्णता देण्यासाठी ज्यावेळेस स्पष्टीकरणाची गरज भासते त्यावेळेस ही साधने महत्त्वपूर्ण ठरतात. दुय्यम साधनांचा आढावा खालील साधनांच्या आधारे घेऊ या–

१) बखर : बखर म्हणजे बयाण करणे. पूर्वी ज्या गोष्टी, घटना, प्रसंग घडून गेलेल्या आहेत त्यांची नोंद बखरकारांनी आपल्या बखरीमध्ये केलेली दिसून येते. यामध्ये त्यांनी नवीन काल्पनिक प्रसंगाचेसुद्धा उद्घाटन केले आहे की, ज्यामुळे रोचकता निर्माण होऊन लोकाश्रय प्राप्त होईल. बखरींमध्ये असणाऱ्या आशयांमध्ये लोककथा, बाजारगप्पा यांनासुद्धा काही प्रमाणात स्थान दिलेले आहे. बखरीचे घटनेच्या कालांतराने केलेले लिखाण, बखरकारांची घटना नोंदवित असताना प्राथमिक व विश्वसनीय साधनांचा उपयोग न करणे आदी कारणांमुळे बखरींच्या निर्मितीमध्ये व्यत्यय आलेले दिसून येतात. तसेच बखरकार आपल्या बखरींमधील पात्रे प्रभावशाली होण्यासाठी पराक्रमाची गाथा गात असतो. त्याचबरोबर कधी स्वत: रचलेली वाक्ये, पत्रे त्यात मिसळत असतो. असे असले तरी बखरीची विश्वसनीयता थोडी बाजूला ठेवली तर आपल्याला त्या प्रसंगाचे, घटनेचे, व्यक्तिमत्त्वाचे अंदाज बांधण्यास बखरीची मदत होते. म्हणून तर वि. का. राजवाडे म्हणतात, 'अस्सल कागदपत्रांअभावी या बखरींवर विश्वास ठेवण्यास हरकत नाही.' यावरून बखरींमध्ये काही दोष असले तरी हे दोष दूर करून इतिहासाचे साधन म्हणून बखरींचा उपयोग होताना आढळतो.

उदा. सभासद बखर, चित्रगुप्त बखर, ९१ कलमी बखर, शेडगावकर बखर इत्यादी.

२) **वंशावळी व बाडे :** वंशावळीलाच 'वंशवेल' असे म्हटले जाते. वंशवेलाची रचना एखाद्या वृक्षाप्रमाणे किंवा डावीकडून-उजवीकडे लिहिण्याचा क्रम तर क्वचितप्रसंगी उजवीकडून-डावीकडे या वंशवेलाचा क्रम असलेला आपणास दिसून येतो. वंशावळीमधून त्या वंशातील व्यक्तीची माहिती क्रमवार मिळण्यास मदत होते. जास्तीतजास्त वंशावळीची सुरुवात ब्रह्मदेवापासून केलेली आढळून येत. उदा. सरदेसाई यांच्या मराठी रियासतीत जे खंड आहेत त्यात बहुसंख्य घराण्यांच्या वंशावळी दिलेल्या आहेत.

छपाईसारख्या यंत्रांचा शोध लागलेला नव्हता तेव्हा मूळ कागदपत्रांची नक्कल करून ठेवली जात असे. अशा नक्कलांना 'बाड' म्हटले जाते. यामध्ये ऐतिहासिक प्रसंग, तिथी, वार, जमा-खर्च नोंद, याद्या, कौटुंबिक कार्य इत्यादींची नोंद हस्तलिखित असे.

३) **कुळकटी :** कुळकटी म्हणजे एखाद्या घराण्यातील व्यक्तींचा इतिहास त्याच घराण्यातील व्यक्तींनी पिढ्यान्‌पिढ्या लिहिणे. कुळकटीद्वारे त्या घराण्यातील मूळपुरुष, त्यानंतर आलेल्या व्यक्तींची माहिती संगतवारपणे मिळण्यास मदत होते. त्याचा फायदा धार्मिक विधी, एखाद्या घराण्याचा इतिहास लिहिण्यास होत असतो. उदा. जेधे, लेले, भट्ट घराण्यांचा इतिहास या कागदपत्रांचा उपयोग कौटुंबिक कार्याबरोबरच त्या कुटुंबाच्या उदय-ऱ्हासाचा अंदाज बांधण्यास साहाय्यकारी ठरतो.

४) **मजहर, करीने, तकरीरा :** मजहर, करीने, तकरीरा ही तीनही कागदपत्रे न्याय-निवाड्याशी संबंधित आहेत. मजहरमध्ये वादी-प्रतिवादीने सादर केलेली कागदपत्रे येतात, तर करीनेमध्ये जमीन व वतनासंबंधीच्या मालकीची कागदपत्रे असतात. तकरीरा म्हणजे न्यायनिवाडा करण्यासाठी देण्यात आलेल्या तक्रारींची कागदपत्रे, सुलतान, मोगल, शिवकाळ, पेशवेकाळ या सर्वांमध्ये न्यायनिवाडा करण्यासाठी जेव्हा गोतसभेकडे मजहर येत तेव्हा तक्रारींच्या आधारे गोतसभा किंवा पंचायत समिती न्यायनिवाडा करी. तेव्हा त्या न्यायनिवाड्याला 'करीने' असे म्हटले गेले आहे.

५) **म्हणी व वाक्प्रचार :** म्हणी व वाक्प्रचार या प्रगत मानवीय समाजाच्या देणग्या आहेत. एखाद्या प्रसंगावरून एखादा वाक्प्रचार किंवा म्हण इतकी लोकप्रिय होते की, तिचा उपयोग हा वारंवार महत्त्वाच्या प्रसंगी जनता करीत

असलेली आपणास आढळून येते. उदा. 'होता जिवा म्हणून वाचला शिवा', 'गड आला पण सिंह गेला' इत्यादी वाक्यांवरून आपणास तत्कालीन घटनेचे महत्त्व व गांभीर्य लक्षात येते.

६) **शकावल्या :** शकावल्या या नेहमी व्यक्ती किंवा चरित्रप्रधान व एखाद्या कुटुंबाशी निगडित असतात. शकावल्यांमध्ये ज्या नोंदी केल्या जातात त्याला कुठल्याही ठोस कागदपत्रांचा आधार घेतला जात नाही. पुराणांमध्ये जसे वर्णन आढळते तशाचप्रकारचे वर्णन शकावल्यांमध्ये उपलब्ध होते. ज्यामध्ये शाहूकालीन शकावल्यांची संख्या ही शिवकालीन शकावल्यांपेक्षा जास्त आहे. उदा. शिवापूर दप्तरातील शकावली, जेधे शकावली इत्यादी.

७) **स्थान पोथ्या :** विशिष्ट एखाद्या स्थानाचे महात्म्य प्रतिपादित करण्यासाठी स्थान पोथ्यांची निर्मिती झाली. त्याचा फायदा स्थानिक इतिहासाचे लेखन करण्यासाठी महत्त्वपूर्ण ठरलेले आहे. उदा. मार्जार क्षेत्र, विरजमहात्म्य, पांडुरंग पर्यली, तुरजा क्षेत्र इत्यादी.

८) **साहित्य :** साहित्य समाजाचा आरसाच नाही तर डोळा असतो. समाजाच्या बाह्यजीवनाबरोबर समाजाच्या अंतर्मनाचाही शोध साहित्याद्वारे घेतला जातो. प्राचीन काळापासून धर्म, अधार्मिक, खंडकाव्य, कविता, महाकाव्य, नाटक, चरित्रग्रंथ लिहिले गेले. या सर्वांमधून ऐतिहासिक घटनांचे, प्रसंगांचे काही प्रमाणात का होईना वर्णन मिळते. त्याचा आधार वर्तमानकाळ इतिहासाची मांडणी करण्यासाठी होतो. उदा. राधामाधव विलासचंपू, वेद, ब्राह्मण ग्रंथ, चार्वाक् दर्शन, मेघदूत, हर्षचरित आदी. यातील काही साहित्यिकांना राजाश्रय मिळाला, तर काही राजे साहित्यकारही होते. उदा. राष्ट्रकुट राजा कृष्ण यामुळे तत्कालीन साहित्यात सामाजिक, राजकीय, धार्मिक, आर्थिक, प्रथा, परंपरा यांचे वर्णन मिळते.

९) **पोवाडे, दंतकथा, काव्यगीते :** ही तीनही साधने मौखिक स्वरूपामध्ये मोडतात. एखादा प्रसंग पोवाड्याच्या, दंतकथेच्या काव्यगीतांच्या माध्यमातून उद्‌घाटित होऊन तो पिढ्यान्‌पिढ्या ऐकवला जातो.

उदा. अफजल खान वधाचा पोवाडा, कोंढाणा किल्ला घेण्यासाठी रचलेली घोरपडीची दंतकथा, भारतीय स्वातंत्र्यचळवळीतील काव्यगीते यांमधून इतिहासातील तत्कालीन प्रसंग रेखाटले जात असतात.

वरील सर्व साधने ही प्राथमिक साधनांना पूरक म्हणून वापरली जातात. जरी या दुय्यम साधनांमध्ये अनेक उणिवा, दोष असले तरी इतिहासकाराने या उणिवा, दोष

बाजूला सारून गुणांचा शोध घेतला तर इतिहासामधील अनेक घटनांना उजेडात आणण्यास, न्याय देण्यास, जशाच्या तशा मांडण्यास या साधनांची साहाय्यता होऊ शकते. जेव्हा प्राथमिक साधने उपलब्ध होत नाहीत तेव्हा मात्र ही दुय्यम साधनेच तत्कालीन इतिहासाचा निखळलेला सांधा जोडण्याचे महत्त्वपूर्ण कार्य करतात. दुय्यम साधनांचा वापर करताना का काळजी घ्यावी लागते. हे पुढीलप्रमाणे–

१) या सांधनांची निर्मिती घटना घटित झाल्यानंतर काही कालावधीनंतर होते.
२) यामध्ये कल्पनेचा आधार घेतला जातो.
३) ऐकीव माहितीच्या आधारे यातील काही साधनांमध्ये घटनांची नोंद केली जाते.
४) काही वेळेस घटनेचा विपर्यास केला जातो.
५) या साधनांमध्ये मिळणारी माहिती अर्धसत्य, अधुरी असते.

या दोषांचे निराकरण जर केले तर दुय्यम साधने प्राथमिक साधनांना साहाय्यकारी ठरू शकतात.

क) साधनांचे महत्त्व

इतिहास लेखनामध्ये साधनांचे महत्त्व अनन्यसाधारण आहे. कारण इतिहासाला सत्यापर्यंत, मूळ घटनेच्या वास्तवापर्यंत घेऊन जाण्याचे कार्य साधनेच करत असतात. हजारो वर्षांपासून मानवाने जी वाटचाल केलेली आहे त्याची नोंद इतिहासामध्ये होत असताना साधने ही त्या वाटचालीची प्रत्यक्षदर्शी साक्ष देण्याचे काम करतात. म्हणूनच इतिहासामध्ये साधनांचे कार्य दिशादर्शक, मार्गदर्शक, वाटाड्या अशा अनेक भूमिकांतून आढळून येते. साधनांशिवाय इतिहास लिहिलाच जात नाही, असे म्हटले जाते. इतिहास लेखनात साधनांचे महत्त्व आपण पुढील मद्द्यांच्या आधारे अभ्यासूया.

१) **शास्त्राचा दर्जा मिळवून देण्यासाठी :** इतिहासाला शास्त्राचा दर्जा साधनांमुळे मिळाला आहे. साधनांशिवाय जर इतिहास लेखन केले तर तो इतिहास ग्रंथ न होता एखादी ऐतिहासिक साहित्यकृती बनू शकते. साधनांआधारे इतिहास लेखन केल्याने नोंदवलेल्या घटनेमध्ये सत्यता, यथार्थता, वास्तवता येते, जशी एखाद्या शास्त्राची सत्यता पडताळून पाहता येते. तशीच सत्यता साधनांमुळे इतिहासाचीही पाहता येते.

२) **परिपूर्णतेसाठी :** इतिहासामधील वर्णन केलेल्या सामाजिक, राजकीय, आर्थिक, धार्मिक, सांस्कृतिक परिस्थितीच्या परिपूर्णतेसाठी साधने महत्त्वपूर्ण भूमिका बजावतात. साधनांमुळे तत्कालीन ऐतिहासिक घटनांचा पूर्णांगाने अभ्यास होऊन इतिहासामध्ये परिपूर्णता येऊ शकते.

३) **इतिहासाचे सुसंगतवार लेखन करण्यासाठी :** इतिहासाचे लेखन जर सुसंगतवार करायचे असेल तर साधनांशिवाय पर्याय नाही. साधने जर नसतील तर इतिहासातील घटना विस्कळीत होतील; म्हणून इतिहासात सुसंगतता, सुव्यवस्थितता आणण्यासाठी साधने महत्त्वपूर्ण आहेत.

४) **मानवाच्या प्रगती व परिवर्तनाचा आढावा :** मानवी जीवन नेहमी परिवर्तनशील राहिलेले आहे. हे परिवर्तन होत असताना भरपूर प्रमांणात प्रगतीही केलेली आपणास दिसून येते, तर त्या प्रगतीचा व परिवर्तनाचा लेखाजोखा तत्कालीन साधनांच्याच आधारे आपण मांडू शकतो. कारण ही साधने त्या परिवर्तनाच्या प्रगतीची साक्ष असतात.

५) **विश्वासार्हता तपासणे व वाढवणे :** इतिहासामध्ये ज्या घटना, प्रसंग नोंदवलेले आहेत त्यांची विश्वासार्हता तपासण्यासाठी व वाढवण्यासाठी साधनांचा उपयोग होतो. कारण आधुनिक काळात नवनवीन संशोधनामुळे नवीन साधने, गोष्टी उजेडात येत आहेत. इतिहासामध्ये इतिहासकार प्राप्त साधनांच्या आधारेच इतिहास लिहीत असतो. परंतु, नंतरच्या काळात नवीन साधनांच्या शोधामुळे नवनवीन साधने सापडतात. त्यानुसार इतिहासाचे लेखन करून त्याची विश्वासार्हता तपासणे व वाढवण्यास प्रयत्न करणे गरजेचे बनले आहे.

६) **चिकित्सक टिकात्मकतेसाठी :** इतिहासामध्ये नोंदविलेल्या घटनेची चिकित्सक टिकाटिपण्णी करण्यासाठी साधनांचे महत्त्व वाढलेले दिसून येते. एखाद्या घटनेचे जोपर्यंत चिकित्सक पद्धतीने अध्ययन करत नाहीत तोपर्यंत त्या घटनांचे गुण–दोष स्पष्ट होत नाहीत. गुण–दोषांसह केलेली त्या घटनेची चिकित्सक टिकाटिपण्णी त्या घटनेला न्याय मिळवून देते.

७) **इतिहासाची पुनर्निर्मिती व पुनर्बांधणी :** इतिहासामध्ये गतकाळातील घटनांची नोंद असते. हा गतकाळ घडून बरीच वर्षे लोटलेली असतात. या गतकाळातील इतिहासाची पुनर्निर्मिती व पुनर्बांधणी करण्याचे काम साधने करतात. कारण इतिहासाच्या गतकाळाची साक्ष ही साधनेच असतात जे त्या वेळेचा घटनाक्रम दर्शवण्याचे कार्य करतात. म्हणूनच इतिहासाची पुनर्निर्मिती व पुनर्बांधणी करण्यासाठी साधनांची आवश्यकता असते.

८) **साधनांशिवाय इतिहास नाही :** No Document, No History याप्रमाणे साधनांशिवाय इतिहास आकारच घेऊ शकत नाही. कारण साधनांशिवाय लिहिलेले प्रसंग कथा, नाटक, वृत्तांत आदी होऊ शकतो. परंतु, तो इतिहास होऊ शकत नाही. म्हणून इतिहास लेखनाचा उद्‌भव व विकासामध्ये साधने महत्त्वपूर्ण भूमिका बजावतात.

अशा प्रकारे अनेक बाबतीत साधने ही इतिहास लेखनात महत्त्वपूर्ण आहेत. इतिहासाला सुव्यवस्थित, संगतवार, वस्तुनिष्ठ, विश्वसनीय, शास्त्रीय बनविण्याकरिता त्याचबरोबर इतिहासाची विश्वासार्हता वाढवण्याकरिता साधने महत्त्वपूर्ण आहेत.

प्रश्न

१) ऐतिहासिक साधनांची सविस्तर माहिती द्या.

२) साधनांचे वर्गीकरण करून लिखित व अलिखित साधनांची चर्चा करा.

३) साधनांचे वर्गीकरण करून प्राथमिक साधनांची चर्चा करा.

४) इतिहासाचे महत्त्व विशद करा.

५) साधनांचे वर्गीकरण करून दुय्यम साधनांची माहिती द्या.

६) टिपा

   १) साधनांचे वर्गीकरण

   २) दुय्यम साधने

   ३) मौखिक साधने

   ४) पुरातत्त्वीय साधने

   ५) नाणी व शिलालेख

प्रकरण ३

प्राथमिक चिकित्सा / प्रिलिमनरी ऑपरेशन
(Preliminary Operation)

अ) **संशोधनातील समस्या सूत्रण**
(Problem Formulation)
ब) **इतिहासातील वस्तुनिष्ठता**
(Objectives)
क) **गृहीतके, संशोधन पद्धती**
(Hypotheses, Research Method)

अ) संशोधनातील समस्या सूत्रण

संशोधन ही निरंतर चालणारी प्रक्रिया आहे. संशोधनाची सुरुवात समस्येच्या निवडीपासून होत असते. काही संशोधनामध्ये नवीन गोष्टींचा शोध लावला जातो तर काहींमध्ये समस्येचे निराकरण करण्याचे उपाय शोधले जातात. संशोधनासाठी अनेक प्रकारचे विषय किंवा समस्या असतात. या सर्वच समस्यांकडे संशोधनकर्ता आकर्षित होत नाही कारण एखाद्याचा विषय त्याला अभ्यासाच्या दृष्टीने महत्त्वाचा वाटत असतो. कारण त्या विषयाबद्दल त्याला जिज्ञासा असते.

संशोधनासाठी ज्या विषयाची निवड केली जाते त्या विषयाच्या बऱ्याच पैलूंबाबत संशोधनकर्ता अनभिज्ञ असतो आणि म्हणूनच त्याविषयी जाणून घेण्याची जिज्ञासा निर्माण होऊन संशोधन करण्याची प्रेरणा मिळते. संशोधकास बौद्धिक किंवा जिज्ञासेतून संशोधन विषय सुचत असतो. संशोधनासाठी अनेक विषय असले तरी संशोधन विषयाची निवड ही संशोधनकार्यावर अवलंबून असते. सामाजिकशास्त्रामध्ये संशोधनाची सुरुवात समस्या सुजाणापासून होते.

संशोधन समस्येचा अर्थ :

समस्या म्हणजे संशोधनाचा विषय निवडणे असे नाही. संशोधन समस्येमुळे

संशोधन सोपे होते. संशोधन समस्येत अडचणी असतील तर संशोधकाने त्यावर उपाय शोधले पाहिजेत. ओडवर्च आर. एस. यांच्या मते, 'संशोधन समस्या ही अशी स्थिती असते त्यामध्ये कोणताही प्रतिसाद तयार नसतो. संशोधकाने संशोधन परिस्थिती हाती घेण्या अगोदर प्रतिसाद शोधला पाहिजे. त्याला 'संशोधन समस्या' असे म्हणतात'.

समस्या सूत्रणाचा अर्थ : समस्या सूत्रण म्हणजे संशोधनाचा विषय निवडणे असे नाही. संशोधन विषय निवडला म्हणजे संशोधनाची दिशा निश्चित झाली असे होते नाही. संशोधनाची पहिली पायरी म्हणजे 'समस्या सूत्रण' होय. सामान्य विषयाचे संशोधन समस्येत रूपांतर करणे म्हणजे 'समस्या सूत्रण' होय.

व्याख्या :

१) **टाऊनशेड :** निराकरणासाठी समोर आलेली समस्या म्हणजे संशोधन समस्या होय.

२) **एफ.एन.केशलिंगर :** समस्या म्हणजे एक प्रश्नवाचक विधान होय.

३) **प्रा.वी.वाय.थोटे :** समस्येच्या अध्ययनाचा उद्देश सूत्रबद्ध पद्धतीने विधानाच्या स्वरूपात मांडणे म्हणजे समस्या सूत्रण होय.

समस्या सूत्रणातील घटक :

संशोधन लाभार्थी : संशोधक, संशोधकास मदत करणारी व्यक्ती किंवा व्यक्तींचा गट यांना समस्या सूत्रणाचा लाभ होतो.

लाभार्थींचा उद्देश : विशिष्ट उद्देशाच्या पूर्ततेकरिता संशोधनकर्त्याची मदत लाभार्थी घेत असतो. त्याला निर्माण झालेल्या समस्येच्या सोडवणुकीकरिता तो संशोधनकर्त्याला त्याच्या समस्येची माहिती देतो आणि त्याच्याकडून ती समस्या सोडवून घेतो.

उद्देशप्राप्तीचे साधन : संशोधकाने विशिष्ट उद्देशप्राप्ती करता समस्या सूत्रणाद्वारे संशोधन केल्यास विशिष्ट उद्देशाची प्राप्ती करून घेता येते.

परिस्थिती सापेक्षता : संशोधन समस्या ही परिस्थिती सापेक्ष असली पाहिजे. त्यामुळे त्या परिस्थितीबाबत व समस्येबाबत संशोधन करून ती समस्या सोडविण्याकरिता योग्य उपाययोजना केली जाते.

समस्या सूत्रणाची प्रक्रिया :

१) प्रारंभिक प्रश्न :

प्रारंभिक प्रश्नापासून समस्या सूत्रणाची प्रक्रिया सुरू होते. संशोधकाला संशोधन करताना काही आव्हानात्मक प्रश्न भेडसावत असतात. हे प्रश्न म्हणजे प्रारंभिक प्रश्न

होय. अशा प्रारंभिक प्रश्नांची उत्तरे कोठे शोधावयाची हे स्पष्टपणे दर्शविले जाईल अशा स्वरूपात जर अडचणी मांडल्या तर त्यांना संशोधनाचा दर्जा प्राप्त होतो. अशा प्रारंभिक प्रश्नांचे वेगवेगळे प्रकार असून उगम स्रोतदेखील वेगवेगळे असतात. त्यांचे प्रकार पुढीलप्रमाणे सांगता येतील.

i) विशिष्ट प्रकारच्या सामाजिक तथ्यांचाच असा आग्रह व्यक्त करणाऱ्या प्रारंभिक प्रश्नांचा एक प्रकार असतो. जी सामाजिक तथ्ये ग्राह्य मानली जातात. या तथ्यांबद्दल शंका उपस्थित करून ती खरोखरच तथ्ये आहेत काय? याची तपासणी सुरुवातीलाच करणे आवश्यक व योग्य असते.

ii) तथ्ये तशी असतात तशी नसतात. ही जाणीव शास्त्रज्ञास होताच विशिष्ट प्रकारच्या तथ्यांचा शोध ज्यामुळे घेता येईल असे प्रश्न संशोधनकर्त्यास सूचतात. अशा प्रश्नामुळे संशोधन समस्येचे स्पष्ट निर्धारण करणे सोपे होते.

iii) ज्यांचे प्रामाण्य निर्विवादपणे प्रस्थापित व्हावयाचे आहे अशा सामाजिक प्रतिमानांचे स्पष्टीकरण किंवा समर्थन देण्याचा काही लोकांकडून होणाऱ्या प्रयत्नांमुळे संशोधनकर्ता जे प्रश्न उपस्थित करतो त्या प्रश्नांना 'सत्यशोधक प्रश्न' असे म्हणतात. समाजातील सर्वच गोष्टींचे मला ज्ञान आहे असे भ्रम असणाऱ्यांसाठी 'सत्यशोधक प्रश्न' महत्त्वाचे असतात.

iv) सामाजिक चलांच्या निरनिराळ्या वर्गामधील संबंधातील एकरूपतेकडे लक्ष आकृष्ट करणाऱ्या प्रारंभिक प्रश्नांचा आणखी एक प्रकार सांगता येईल. समाजशास्त्रात समाजाच्या एक वा दोन संस्थात्म क्षेत्रामधील सामाजिक चलाबाबत विचारण्यात येणारे प्रारंभिक प्रश्न अनेक असतात. असे प्रश्न सापेक्षत: विवक्षित असतात. एखाद्या संस्थात्मक क्षेत्राशीच त्यांचा संबंध असतो.

प्रारंभिक प्रश्न हे अशाप्रकारचे असू शकतात की, जे वेगवेगळ्या कारणासाठी लागू पडतात. प्रारंभिक प्रश्न हे सामान्य स्वरूपाचे असोत वा विवक्षित स्वरूपाचे असोत, या प्रश्नांपैकी कोणत्याही एका प्रकारास विशेष महत्त्व देण्याची आवश्यकता नसते. कारण प्रत्येक प्रकारच्या प्रश्नास त्याच्या दृष्टीने महत्त्व असते.

२) प्रश्नाबाबतचे युक्तिनिष्ठ समर्थन :

समस्या सूत्रणाच्या प्रक्रियेतील प्रारंभिक प्रश्न हा एक पहिला घटक असून त्या प्रश्नाचे युक्तिनिष्ठ समर्थन हा दुसरा घटक आहे. विशिष्ट प्रश्नच का विचारण्यात आला? त्या विषयीचे स्पष्टीकरण किंवा तो प्रश्न विचारण्याची कारणे सांगणे म्हणजे प्रश्नाबाबतचे युक्तिनिष्ठ समर्थन होय. संशोधनकर्त्याने विचारलेल्या प्रश्नांच्या, उत्तरांच्या,

ज्ञानाच्या अन्य क्षेत्रांवर किंवा प्रत्यक्ष व्यावहारिक बाबींवर काय परिणाम होईल हे स्पष्ट केले जाते. शास्त्रीयदृष्ट्या कोणते प्रश्न महत्त्वाचे आहेत किंवा महत्त्वाचे नाहीत हे युक्तिनिष्ठ समर्थनामुळे स्पष्ट होते.

एखाद्या विशिष्ट प्रश्नाच्या उत्तरामुळे शास्त्रीय ज्ञानाची वृद्धी होते. विशिष्ट प्रश्नांच्या संदर्भात केला जाणारा युक्तिवाद म्हणजेच सैद्धांतिक युक्तिनिष्ठ समर्थन होय. हे समर्थन खालील प्रकारे वेगवेगळ्या स्वरूपात व्यक्त केले जाते.

i) एखाद्या प्रचलित सिद्धांताची किंवा संकल्पनात्मक व्यवस्थेची व्याप्ती विचारण्यात येणाऱ्या प्रश्नांच्या उत्तरामुळे वाढेल म्हणून असे प्रश्न विचारणे योग्य आहे अशाप्रकारचा युक्तिवाद मांडला जातो.

ii) विद्यमान कल्पना किंवा निष्कर्ष याचे निरीक्षण करून लक्षात आलेली विसंगती ही खरोखरच आहे काय? किंवा या विसंगती वरवरच्या आहेत? याविषयी प्रश्न विचारला जातो. हे प्रश्न विचारणे कसे आवश्यक आहे. याचे उत्तर देताना असे युक्तिनिष्ठ समर्थन केले जाते. विसंगती बाबतच्या या प्रश्नांमधूनच संशोधनकर्त्यापुढे नवीन समस्या उपस्थित होतात.

iii) अनेकदा प्रस्थापित सिद्धांत किंवा संकल्पनात्मक व्यवस्था अशा काही घटनांचे किंवा त्याच्या काही पैलूंचे योग्य ते स्पष्टीकरण करण्यास असमर्थ ठरतात की, ज्यांचे स्पष्टीकरण त्यांच्याकडून तत्त्वत: व्हायला पाहिजे. सिद्धांतामधील ही त्रुटी ज्या प्रश्नांच्या उत्तरामुळे भरून काढता येण्यासारखी आहे. ते प्रश्न का विचारावे याचे युक्तिनिष्ठ समर्थन अशा सैद्धांतिक त्रुटी किंवा उणिवांच्या संदर्भात करण्यात येईल.

३) विशेषित किंवा विवक्षित प्रश्न :

संशोधनाच्या समस्या सूत्रणाचा हा शेवटचा टप्पा होय. काही प्रारंभिक प्रश्न हे अत्यंत व्यापक व संदिग्ध असतात तर काही विशिष्ट असतात. हे सर्व प्रश्न वरवरच्या पातळीवरील किंवा प्रारंभिक अवस्थेतील असतात. प्रारंभिक प्रश्नाचे विशेषित प्रश्नामध्ये रूपांतर केले पाहिजे. अशा विशेषित प्रश्नांची एक साखळीच तयार केली पाहिजे.

अशा प्रकारे समस्या सूत्रण प्रक्रियेद्वारे सामान्य विषयक्षेत्राचे विशिष्ट संशोधन समस्येत रूपांतर केले जाते.

संशोधन समस्या निर्धारित करणारे घटक :

i) बदलणारे समाजजीवन : परिवर्तनशीलतेमुळे सामाजिक जीवन गतिमान आहे. यामुळे सामाजिक मूल्ये आणि प्रतिमानात बदल घडून येतो. आधुनिक

काळातील परिवर्तनामुळे अनेक समस्या निर्माण होऊन संशोधकास संशोधनासाठी नवीन क्षेत्रे उपलब्ध होऊन नव-नवीन विषय सुचतात.

ii) **ऐतिहासिक घटना :** काही ऐतिहासिक घटना समाजावर परिणाम करतात. या घटनांचा सामाजिक मूल्ये व प्रमाणकावर परिणाम होतो. समाजजीवन बदलत असताना काही नवीन समस्या निर्माण होतात. परिणामी संशोधक, विचारवंत, लेखक इ. ना नवीन विषय अभ्यासासाठी मिळत असतात. उदा. फ्रेंच राज्यक्रांतीने संपूर्ण जगाला स्वातंत्र्य, समता आणि बंधुत्व ही तत्त्वत्रयी दिली. परिणामी जगभर वैचारिक परिवर्तन घडून आले.

iii) **सामाजिक समस्या :** काळानुरूप समाजात बदल घडत असतो. हा बदल घडत असताना काही सामाजिक समस्याही निर्माण होतात. यातील काही समस्या गंभीर असतात. त्यांचा समाजजीवनावर व समाजमनावर विपरीत परिणाम होतो. परिणामी संशोधकास संशोधनासाठी नवीन विषय मिळतात.

iv) **शास्त्रज्ञांचे संघटन :** शास्त्रज्ञांच्या संशोधन कार्यात कशा प्रकारच्या व्यक्ती आहेत आणि त्यांचे परस्परांशी कसे संबंध आहेत याचादेखील संशोधन प्रश्नाच्या निवडीवर परिणाम होतो.

v) **सांस्कृतिक परिवर्तन :** काळानुरूप जगातील सगळ्याच देशात सर्वच बाबतीत बदल घडत असतात. या बदलांचा त्या-त्या देशातील विविध घटकांवर परिणाम होत असतो. सांस्कृतिक बाबतीतही परिवर्तन होते. सांस्कृतिक बदलाचा समाजावर परिणाम होऊन संशोधनास नवीन विषय उपलब्ध होतात.

संशोधन समस्येसाठी आवश्यक अटी :

१) **विषय निरीक्षण :** संशोधक संशोधनाकरिता त्याच्या आवडीनुसार एखादा महत्त्वपूर्ण विषय निवडत असतो. विषयाची निवड केल्यानंतर त्या विषयाबाबत ऐतिहासिक साधनांच्या साहाय्याने व प्रत्यक्ष स्थळ भेटी इ.द्वारे संबंधित विषयाची सखोल माहिती संशोधकाने मिळवली पाहिजे. विषयाशी एकरूप होऊन योग्य रितीने निरीक्षण केल्यास सखोल ज्ञान मिळते. परिणामी संशोधनात कोणत्या प्रश्नांचा समावेश करावा हेदेखील समजण्यास मदत होते.

२) **ऐतिहासिक साधनांचा अभ्यास :** संशोधनासाठी ज्या विषयाची निवड केलेली आहे अशा विषयाच्या संबंधित ऐतिहासिक साधनांचा अभ्यास करणे आवश्यक असते. साधनांचा अभ्यास करताना संशोधकास संबंधित विषयातील अडचणींची जाणीव होते. याशिवाय ऐतिहासिक माहिती आणि नोंदीचेदेखील ज्ञान होते. यामुळे विषयाबाबत मांडलेला सिद्धांत, सिद्धांतातील उणिवा इ.

बाबत संशोधक विचार करतो. या सर्व बाबींचा समस्या सूत्रणामध्ये फायदा होतो.

३) **अनुभव सर्वेक्षण :** संशोधकाने संशोधनासाठी जो विषय निवडला आहे त्या विषयाची संबंधित व्यक्तींशी वेगवेगळ्या मुद्द्यांच्या आधारे चर्चा केली पाहिजे. कारण संबंधित विषयाचे त्यांना ज्ञान असते. त्यांच्या पाठीशी अनेक गोष्टींचा अनुभव असतो. त्या विषयाच्या वेगवेगळ्या पैलूंवर अशा अनुभवी व्यक्तींशी चर्चा केल्यानंतर प्रकाश टाकता येतो. परिणामी संशोधकास समस्या सूत्रणासाठी खूप मदत होते.

ब) इतिहासातील वस्तुनिष्ठता

इतिहास लेखनातील वस्तुनिष्ठता हा इतिहासाच्या क्षेत्रातील एक चर्चेचा विषय बनतो. म्हणजेच संशोधकाने स्वत:चे विचार, भावना, आदर्श, विश्वास आणि मूल्ये आदी गोष्टींपासून वेगळे राहून कुठल्याही घटनांचे ते ज्याप्रमाणे आहेत त्याच प्रमाणात बघते आणि त्याचे योग्य विश्लेषण करणे म्हणजेच 'वस्तुनिष्ठता' होय. वस्तुनिष्ठता ही प्रामुख्याने निरीक्षण, परीक्षण आणि विश्लेषणावरती अवलंबून असते. त्याचबरोबर व्यक्तीनिष्ठ अभ्यासातील निष्कर्ष हे संशोधनाची निर्मिती असते. परंतु, वस्तुनिष्ठ अभ्यासामध्ये संशोधकाच्या स्वत:च्या केंद्रीत विचारांना फारसे महत्त्व नसते. घटना ही प्रामुख्याने कटू असण्याची शक्यता असते. चांगले असू शकत नाही अथवा संशोधनाच्या पूर्ण विश्वास कल्पनांच्या विरोधातदेखील असू शकते. तरीदेखील संबंधित घटनेकडे मूळ स्वरूपात बघितल्यानंतर वस्तुनिष्ठता प्राप्त करण्यामध्ये संशोधकाला यश मिळू शकते. हा अर्थ वस्तुनिष्ठतेचा संबंध हे सत्याच्या शोधामध्ये असते. वस्तुनिष्ठ दृष्टिकोन समोर ठेवणारा संशोधक हा केवळ सत्याकडे बघत असतो. त्याच्या व्यतिरिक्त तो कशाकडेही बघत नाही. सत्याच्या शोधामध्ये तो स्वत:ला पूर्णपणे विसरून जातो, तो आपल्या मूल्यांचाही त्यामध्ये सहभाग होऊ देत नाही. पक्षपात आणि पूर्वग्रह यांच्यापासून तो आपल्याला वेगळे करतो. कल्पना, विकास इत्यादींपासून वेगळे राहून तो घटनांचा वास्तविक पद्धतीने अभ्यास करतो. तात्पर्य, जो अशा पद्धतीने अभ्यास करतो, तोच वस्तुनिष्ठ अभ्यासक म्हणून ओळखला जातो. तोच संशोधक संशोधनाच्या कामामध्ये यश प्राप्त करतो आणि अशा स्वरूपाचे संशोधन महत्त्वाचे समजले जाते.

वस्तुनिष्ठतेची व्याख्या :

१) **लोवेल लेकार :** ''सत्याची वस्तुनिष्ठता म्हणजे असाधारण किंवा अद्भुत

जग कोणत्याही व्यक्तीच्या विश्वास, आशा किंवा भयापासून स्वतंत्र अशी एक वास्तविकता आहे. ज्याचा शोध आपण अंतर्दृष्टी किंवा कल्पनांद्वारे नाही तर वास्तविक निरीक्षणाद्वारे घेतो.''

२) **ए. डब्ल्यू. ग्रीन :** ''वस्तुनिष्ठता म्हणजे निष्पक्षपणे प्रमाणाचे परीक्षण करण्याची इच्छा आणि योग्यता होय.''

३) **एच. पी. फेयरचाइल्ड :** यांच्या मते ''वस्तुनिष्ठतेचा अर्थ तथ्यांचा पक्षपात अथवा उद्देशांच्या आधारावर नाही तर प्रमाण आणि तर्कांच्या आधारावर कोणत्याही सूचना अथवा पूर्वधारणेशिवाय वास्तविक पृष्ठभूमिका पाहण्याची योग्यता होय.''

वरील व्याख्यांवरून असे लक्षात येते की, वस्तुनिष्ठता म्हणजेच तटस्थता आणि निष्पक्षपणे निरीक्षणानुसार तथ्यांचे वास्तविक स्वरूपात संकलन आणि विश्लेषण यालाच 'वस्तुनिष्ठता' असे म्हणतात. तरीदेखील संशोधनाच्या समस्या संदर्भाविषयी सत्यापर्यंत पोहोचण्यासाठी वस्तुनिष्ठता महत्त्वाची समजली जाते.

संशोधनात वस्तुनिष्ठतेचे महत्त्व व आवश्यकता :

वस्तुनिष्ठतेचे संशोधनामध्ये महत्त्वाचे स्थान आहे. वस्तुनिष्ठतेशिवाय वैज्ञानिक संशोधनही निरर्थक आहे. तथ्ये किंवा घटनांच्या वास्तविकतेची माहिती होणे, हेच वैज्ञानिक संशोधनाचे यश आहे. वस्तुनिष्ठ व्यतिरिक्त तथ्ये किंवा घटनांची माहिती होत नाही, म्हणूनच घटनांची सत्यता समजण्यासाठी अभ्यासामध्ये वस्तुनिष्ठता असणे महत्त्वाचे आहे. विशेष करून सामाजिक संशोधनामध्ये तर वस्तुनिष्ठतेची आवश्यकता असते. कारण कुठल्याही सामाजिक घटनेबाबत संशोधकाच्या मनामध्ये काहीवेळा प्रेम, जिव्हाळा, आस्था तर काही वेळेला तिरस्कार आणि संताप आदी भावना निर्माण होतात. त्यामुळे सामाजिक घटनांचे वस्तुनिष्ठ अभ्यास करणाऱ्यांबाबत समस्या निर्माण होते. अशा व्यक्तीकेंद्रीत विचारांपासून संशोधकाने दूर राहिले तरच वस्तुनिष्ठता येणे शक्य आहे. वस्तुनिष्ठतेचे सामाजिक संशोधनामध्ये किती प्रमाणात महत्त्व आणि आवश्यकता ते पुढीलप्रमाणे स्पष्ट करता येईल.

वस्तुनिष्ठतेचे महत्त्व :

१) **सामाजिक घटनांचे यथार्थ ज्ञान :** संशोधकांमध्ये असणारी प्रवृत्ती आणि विचार ही वस्तुनिष्ठ पद्धतीची असेल तर सामाजिक घटनांचे तटस्थपणे परीक्षण करून त्या संदर्भातील ज्ञान प्राप्त करणे शक्य होते अथवा स्वत:च्या मतांचा असणारा प्रभाव, संशोधन निष्कर्षावर लादून संशोधन एकांगी होण्याची भीती असते.

२) **संशोधकाच्या ज्ञान व बुद्धिमत्तेविषयी भ्रम नाहीसे करते :** संशोधकाला अनेक वेळा आपली बुद्धी व आपल्या ज्ञानाबाबत एक प्रकारचा अहंकार असतो. त्यामुळे संशोधनाच्या शेवटी असणारे निष्कर्ष विसंगत असण्याची शक्यता असते. संशोधकाच्या अंगामध्ये वस्तुनिष्ठता हा गुण असला तरच आपले ज्ञान व बुद्धी संदर्भातील भ्रम होत नाही त्यामुळे ज्ञानाच्या कक्षा लक्षात येतात.

३) **अर्थपूर्ण संशोधन :** सामाजिक संशोधन हे विचार आणि विकारांनी प्रेरित असू नये. जर ते वस्तुनिष्ठ असले ते अर्थपूर्ण संशोधन शक्य असते नाहीतर वस्तुनिष्ठतेच्या अभावी संशोधन हे निरर्थक असण्याची भीती निर्माण होते.

४) **व्यक्तिगत स्वार्थाचा त्याग :** संशोधक विचारक असल्याने त्याच्या अंगी स्वार्थ, मोह, लोभ अशा भावना असतात. जेव्हा संशोधनाविषयी असणारे निष्कर्ष हे संशोधकाच्या विचारांच्या विरोधात जाण्याची शक्यता असते. त्यामुळे व्यक्तीला निष्कर्ष स्वीकारणे अवघड होते. त्यामुळे तो आपणाला अनुकूल अशा निष्कर्षांचा शोध घेण्याचा प्रयत्न करतो. सामाजिक समस्येविषयीचे स्वरूप अधिक गुंतागुंतीचे असल्याने व्यक्तिगत स्वार्थाच्या आधारावरील निष्कर्ष संशोधन प्रक्रिया दिशाहीन असतात. यामधून सुटका होण्यासाठी संशोधकाने वस्तुनिष्ठ विचारधारा अवगत करणे आणि निष्कर्षापर्यंत पोहोचणे हेच संशोधन प्रणालीचे उद्दिष्ट होय.

५) **परंपरा, प्रथा व मूल्ये यांच्या प्रभावापासून लांब राहणे :** संशोधक हा एक समाजाचा घटक असल्याने त्याच्यावर सामाजिक, धार्मिक, सांस्कृतिक, परंपरा, प्रथा आणि नीतीमूल्ये आदिंचा प्रभाव असू शकतो. संशोधक हा वस्तुनिष्ठ पद्धतीच्या संशोधन समस्येचा विचार केला तरच तो वरील मूल्यांच्यापासून लांब आणि तटस्थतेने ज्ञान प्राप्त करू शकतो.

६) **व्यक्तिगत स्वार्थाचा त्याग :** संशोधक ही व्यक्ती असल्याने त्याच्याजवळ स्वार्थ, मोह, लोभ या भावना असतात. त्यावेळी संशोधकाचे निष्कर्ष हे संशोधकाच्या हिताच्या विरुद्ध जाऊ शकतात. अशाप्रकारचे निष्कर्ष अवगत करणे अवघड होते. त्यावेळी काही अनुकूल निष्कर्ष शोधण्यासाठी प्रयत्न करतो. समस्या या गुंतागुंतीच्या असल्याने व्यक्तिगत स्वार्थावर आधारलेले निष्कर्ष दिशाहिन असतात. यामधून सुटण्यासाठी संशोधकाने वस्तुनिष्ठतेचा विचार केला पाहिजे.

संशोधनात वस्तुनिष्ठतेची आवश्यकता :

आपले विचार बाजूला ठेवून निष्पक्षपणे घडलेल्या घटना व घडामोडी यांच्याकडे संशोधकाने पाहिले पाहिजे म्हणजेच 'वस्तुनिष्ठ प्रणाली' होय. सामाजिक संशोधन पद्धत ही फार गुंतागुतीची असल्याने या संशोधनामध्ये वस्तुनिष्ठ विचारांना अधिक महत्त्व असते. संशोधनामध्ये वस्तुनिष्ठतेची आवश्यकता पुढीलप्रमाणे–

१) **नवीन संशोधनाची शक्यता विकसित करणे :** नवीन शास्त्रीय प्रणाली, समस्यांचा वेध, संशोधन पद्धतीचा स्वीकार आणि संशोधनाच्या शेवटी ज्ञानाची प्राप्ती या संदर्भातील सुरुवातीच्या काळात अंदाजाने केलेले संशोधन निरर्थक बनते. नवनवीन संशोधन विचार फक्त वस्तुनिष्ठ पद्धतीने होत असते.

२) **खऱ्या तथ्यांचे संकलन :** वस्तुनिष्ठ पद्धतीबाबतचा स्वीकार केल्याने खऱ्या तथ्यांचे संकलन करणे अशक्य नाही. तथ्यांची यथार्तता हाच खऱ्या निष्कर्षाकडे जाण्याचा मार्ग असतो.

३) **घटनांचे वास्तववादी आकलन :** संशोधनामधील वस्तुनिष्ठता ही घटनांचे वास्तववादी चित्र निर्माण करणारे असते. प्रथा, परंपरा, विचारधारा, आदींबाबत का? कशासाठी? हे प्रश्न उपस्थित होता कामा नये. अधिक जवळीक राहण्याच्या मनोवृत्तीपासून लांब राहिले आणि वास्तव अशा घटनेचे ज्ञान होणे हे वस्तुनिष्ठ दृष्टिकोनाला मान्य असते.

४) **निष्पक्षपाती निष्कर्ष :** ऐतिहासिक संशोधनामध्ये वस्तुनिष्ठ विचार गतीने विकसित झाले असल्यास निष्पक्षपातीनुसार निष्कर्षाचा विकास होतो. तर व्यक्तीनिष्ठतेऐवजी वास्तववादी सत्य समोर येण्यास वस्तुनिष्ठतेची गरज असते.

५) **निष्कर्षाच्या पडताळणीची आवश्यकता :** संशोधकाने मांडलेले निष्कर्ष हे वारंवार तपासणे आणि त्याच्या सत्यतेची खात्री करणे महत्त्वाचे असते. वस्तुनिष्ठ पद्धतीचा स्वीकार करून आलेले निष्कर्ष कोणत्याही ठिकाणी तपासले तरी त्याच्या सत्यामध्ये फारसा फरक पडत नाही.

वस्तुनिष्ठ इतिहास लेखनाच्या मार्गातील अडथळे/अडचणी :

संशोधकाला वेगवेगळ्या काळातील घटनांचा अभ्यास करावा लागतो. त्या संदर्भात स्पष्टीकरण करावे लागते. त्यासाठी त्याला संदर्भसाधनांचा आधार घ्यावा लागतो. त्या ऐतिहासिक कागदपत्रांचे वस्तुनिष्ठ परीक्षण करावे लागते. यावरील आधारित लेखनाला सत्य संशोधन मानले जाते. संशोधकाला आपल्या जाणिवा, दृष्टिकोन, परंपरा दूर ठेवूनच कागदपत्रांना बोलते करावे लागते, असे असले तरी

वस्तुनिष्ठ संशोधनामध्ये काही समस्या निर्माण होतात.

१) **संशोधकाचा पक्षपाती दृष्टिकोन :** संशोधकाचा पक्षपाती दृष्टिकोन वस्तुनिष्ठतेला अडचण ठरू शकतो. कारण संशोधकाने एखाद्या विशिष्ट घटनेचे समर्थन करण्याची भूमिका स्वीकारलेली असते. उदा. एखाद्या संशोधकाने प्राचीन भारताचा इतिहास हा वैभवाचा इतिहास आहे असा दृष्टिकोन स्वीकारल्याने तो स्वत:ला अनुकूल असे लेखन करेल. त्यामुळे तो अयोग्य बाबींकडे दुर्लक्ष करतो. पक्षपाती दृष्टिकोन असणारा संशोधक वस्तुनिष्ठपणे मांडणी करीत नाही.

२) **सिद्धांताचा प्रभाव :** भूतकाळातील मानवनिर्मित घटना आणि प्रसंग यांच्यातील कार्यकारण संबंध संशोधकाला निर्माण करावा लागतो. एखाद्यावेळी विशिष्ट अशा सिद्धांताच्या प्रभावाने संशोधक कारण संबंधाचा विचार करायला लागल्यास इतर घटनांकडे दुर्लक्ष झाल्याने लिखाणात वस्तुनिष्ठता येऊ शकत नाही.

३) **आपल्या ज्ञानाविषयी भ्रम :** संशोधकाला आपल्या ज्ञानाच्याविषयी भ्रम होतो. बऱ्याच वेळा त्याच्यामध्ये 'अहंकार' निर्माण होतो. आपल्या बुद्धीला अनुसरून नसले तरी ते योग्य वाटते. त्याच्यामुळे वस्तुनिष्ठ संशोधन होत नाही.

४) **भावनात्मक दृष्टीचा प्रभाव :** संशोधन करीत असताना काही वेळा भावनात्मक दृष्टीचा प्रभाव असतो. संशोधक हा समाजाचा घटक असल्याने त्याला भावना असल्यामुळे त्याचे प्रतिबिंब अभ्यासात पडते. त्यामुळे अभ्यास करताना समस्या निर्माण होतात.

५) **इतिहास लेखनातील विशिष्ट जाणीव :** बरेच संशोधक काही विशिष्ट हेतू मनामध्ये ठेवून लेखनाला सुरुवात करतात. अश्या संशोधकांना आपणाला काय करायचे आहे? वा कोणते निष्कर्ष काढावयाचे आहेत? याबाबतीत नियोजन असते. आपल्याला अनुकूल अशा साहाय्यभूत अशा साधनांचा विचार करतो. त्यामुळे अस्सल साधनांकडे दुर्लक्ष होत असल्याने समस्या निर्माण होते.

६) **व्यक्तिगत असणारा स्वार्थ :** प्रत्येक व्यक्ती हा स्वार्थी भूमिकेत असतो. त्याच्या ठिकाणी स्वार्थ, मोह अशा भावनांची उत्पत्ती होते. त्यामुळे आपल्याला अनुकूल असे सिद्धांत मांडण्याचा प्रयत्न करतात त्यामुळे वस्तुनिष्ठ संशोधनात समस्या निर्माण होतात.

७) **इतिहासकाराचा पूर्वग्रह :** इतिहासलेखन ही एक प्रक्रिया समजली जाते.

इतिहासलेखनाच्या दृष्टीने संशोधक ज्यावेळेला ऐतिहासिक साधने एकत्रित करतो, त्याचे वर्गीकरण करून अर्थ लावण्याचा प्रयत्न करतो, त्यावेळी त्याची आवडनिवड, पूर्वग्रह दृष्टिकोन विविध प्रकारची मते या बाबी त्याच्या लेखनावर प्रभाव टाकतात. विशिष्ट अशा व्यक्तिमत्त्वाविषयी त्याला आत्मीयता असल्यामुळे ती त्या व्यक्तीतील दोषांकडे दुर्लक्ष करतो.

८) **समूहविषयक पूर्वग्रहांची जाणीव :** संशोधकाला मानवी मन असल्याने त्याला एखाद्या मानवसमूहाविषयी आदर किंवा द्वेष असू शकतो. यामध्ये प्रामुख्याने वंश, धर्म, जात, वर्ग आदिंचा समावेश असतो. त्याच्या संदर्भात पूर्वग्रह असू शकतो. हीच बाब वस्तुनिष्ठतेतील फार मोठी अडचण असते.

वस्तुनिष्ठता ही ऐतिहासिक संशोधन आणि लेखनामधील अतिशय महत्त्वाची प्रक्रिया असल्याने संशोधकाने वस्तुनिष्ठतेच्या माध्यमातून सत्य शोधले पाहिजे. क्वचितप्रसंगी काही अडथळ्यांमुळे त्याला वस्तुनिष्ठ रहाणे शक्य नसले तरी त्याला वस्तुनिष्ठता ही एक इतिहासलेखनामधील महत्त्वाची प्रक्रिया आहे याची जाणीव असली पाहिजे.

क) गृहीतके, संशोधन पद्धती :

कोणत्याही समस्येविषयी संशोधकाला वैज्ञानिक दृष्टिकोनातून अभ्यास करावा लागतो. त्याकरिता संबंधित विषयाचे ज्ञान असणे आवश्यक असते. कुठल्याही संशोधनाची गृहीतके ही अंधारातून प्रकाशाकडे जाण्यासाठी पथदर्शक ठरतात. कुठल्याही सामाजिक संशोधनात प्रमेयाकडे वाटचाल करताना तेथे कच्चे दुवे मांडलेले असतात त्याला गृहीतके म्हटले जाते. गृहीतकांच्या बाबत काहेन (नॅगेल) यांनी म्हटले आहे की, चौकशी व संशोधनात चालना देणाऱ्या प्रारंभिक अडचणींचे वा समस्येचे संभाव्य निराकरण व उत्तर सुचविण्याखेरीज संशोधन कार्यात पहिले पाऊल पुढे उचलू शकत नाही.

गृहीतके म्हणजे शोधाची पुढची वाटचाल अभ्यासताना अंतिम टप्प्यावर गृहीतकाची पडताळणी महत्त्वाची असते. त्यामुळे गृहीतकांची क्रमबद्ध नोंद करणे अगत्याचे ठरते. गृहीतकांची मांडणी केल्याशिवाय संशोधनकार्य पुढे जाणे अवघड असते. कारण गृहीतके ही संशोधकाला योग्य दिशा दाखविण्याचे काम करतात. संशोधनामध्ये अशी दिशा मिळाल्याखेरीज कोणत्या तथ्यामध्ये कोणता संबंधक्रम द्यावयाचा हे समजणे कठीण आहे. म्हणूनच गृहीतके संशोधकाला तथ्य संकलनाच्या आधारानेच संशोधन समस्या सोडविण्यासाठी मार्गदर्शक ठरतात. प्रस्तावित ज्ञानाच्या आधारानेच गृहीतके अवलंबून असतात.

अनेक वेगवेगळ्या संशोधकांनी गृहीतकांची संकल्पना व व्याख्या आपल्या दृष्टिकोनातून मांडलेली दिसते. त्यांपैकी काही व्याख्या पुढीलप्रमाणे-

संकल्पना :

प्रत्येक मनुष्य आपल्या जीवन काळात सातत्याने कोणतेतरी कार्य करीतच असतो. व्यवसाय, ग्रामीण, शहरी अशा निरनिराळ्या परिस्थितीशी संबंधित अनेक व्यक्ती निरनिराळे कार्य करीत असतात. परिस्थितीसापेक्ष कार्य पार पाडणे हा व्यक्तीचा स्थायिभाव आहे. हे कार्य करताना तो त्या कार्याच्या संबंधित आपल्या मनामध्ये विचार आणीत असतो. त्याच्या या कल्पनानिर्मितीमधून त्याला ते करण्याची प्रेरणा मिळते. त्याच्या या कल्पना निर्मितीलाच वैज्ञानिक भाषेमध्ये गृहीतक असे संबोधिले जाते.

गृहीतकाची व्याख्या :

१) **गुड आणि हॅट :** यांच्या मते, ''गृहीतक म्हणजे असे विधान की ज्याची समप्रमाणात ठरवण्यासाठी परीक्षण केले जाते आणि ते संशोधनासाठी उपयुक्त असते.''

२) **वेबस्टरच्या** शब्दकोशात दिलेल्या व्याख्येनुसार, ''गृहीतक म्हणजे एखादे गृहीत धरलेले विधान तत्त्व किंवा अट होय.''

३) **एमोरी एस. बोगार्ड्स :** यांच्या मते, ''परीक्षण केल्या जाणाऱ्या विधानास गृहीतक असे म्हणतात.''

४) **एफ. जे. मेकगुइगन :** यांच्या मते, ''दोन किंवा अधिक चलाच्या कार्यक्षम संबंधाचे परीक्षण योग्य विधान म्हणजे गृहीतक होय.''

५) **लुंडबर्ग :** यांच्या मते, ''गृहीतक म्हणजे एक सामाईक आणि कामचलाऊ सामान्यीकरण अथवा निष्कर्ष असून त्याचे परीक्षण करावयाचे असते. संशोधनाच्या प्रारंभिक अवस्थेत गृहीतक एक अनुमान कल्पनापूर्ण विचार यापैकी काहीही असू शकते परंतु ते क्रिया अथवा संशोधनाचा आधार बनते.''

६) **समेल आणि बर्लीन :** ''पूर्ण परीक्षणाअंती जे विधान संशोधन कार्यासाठी स्वीकारावे किंवा नाकारावे हे ठरवले जाते. त्या विधानाला गृहीतक असे म्हणतात.''

७) **मॅक्स ब्लॅक :** यांच्या मते, ''जे विधान निश्चितपणे बरोबर आहे की चूक आहे हे खात्रीपूर्वक माहीत असत नाही त्या विधानाला गृहीतक असे म्हटले जाते.''

८) **पी. वाय. थोटे :** "संशोधन कार्य सुरू करण्याअगोदर संशोधन विषयासंबंधी संशोधकांच्या मनात निर्माण झालेले विचार किंवा कल्पना म्हणजे गृहीतक होय."

गृहीतकाचे कार्य :

सामाजिक संशोधनामध्ये गृहीतकाचे विशेषकरून अतिशय महत्त्व आहे. प्रा. पॉलोनव्ही यंग यांच्या मतानुसार कार्यवाहक गृहीतके हे केंद्रीय कार्यवाहक विचार असून तो संशोधनाचा आधार असतो. त्याचप्रमाणे गृहीतक संशोधकाला अस्थिर करण्यापासून वाचवतात आणि त्यांना योग्य मार्गदर्शन करतात.

१) गृहीतक संशोधकाला त्याच्या अभ्यासाविषयीची निश्चितता प्राप्त करून देण्यास मदत करते.

२) गृहीतक संशोधनाचा भार कमी करण्यासाठी संशोधकाला मदत करते.

३) संशोधकाची संशोधन दिशा गृहीतक ठरविते.

४) गृहीतक संशोधनाच्या संशोधन कार्याचे उद्देश ठरवितात.

५) गृहीतक संशोधकाला उपयुक्त तथ्यांच्या संकलनामध्ये मदत करतात.

६) संशोधनामध्ये निष्कर्ष काढण्यासाठी गृहीतक मदत करतात.

७) गृहीतक संशोधकाला सिद्धांत निर्माणासाठी मदत करते.

गृहीतकाची उगमस्थाने :

सामाजिक संशोधन पद्धतीमध्ये गृहीतकाची निर्मिती व त्याचे महत्त्व यांना असाधारण महत्त्व आहे. सामाजिक संशोधनातील एक महत्त्वपूर्ण पायरी म्हणून गृहीतकाच्या निर्मितीकडे बघितले जाते. कारण संशोधनाची सुरुवात गृहीतकाने होत असते. सर्वसामान्यपणे गृहीतकाची उगमस्थाने पुढीलप्रमाणे आहेत.

१) समरूपता अथवा सारखेपणा : समरूपता अथवा सारखेपणा हे गृहीतक निर्मितीचे महत्त्वपूर्ण उगमस्थान म्हणून संबोधिले जाते. दोन विषय दोन घटना किंवा व्यवहार यामध्ये असणारी सारखी स्थळे कोणती आहेत त्यामध्ये किती प्रमाणात साम्य आहे अशाप्रकारच्या अभ्यासामधून संशोधन समस्येविषयी विश्लेषण केले जाते.

२) वैज्ञानिक सिद्धांत : शास्त्राच्या माध्यमातून ज्या बऱ्याच शास्त्रीय सिद्धांताची मांडणी केली जाते. असे सिद्धांतसुद्धा गृहीतकाचा स्रोत्र बनतात. गुड आणि हॅट यांनी स्पष्टपणे उल्लेख केले की, गृहीतकाचा उगम हा वैज्ञानिक सिद्धांताद्वारे होतो. प्रत्येक शास्त्रात बरेच सिद्धांत आढळतात. या सिद्धांतामधून एकत्र

विषयाच्या बऱ्याच पैलूंच्या संबंधातील माहिती मिळते. अशा पद्धतीने सिद्धांताच्या अंतर्गत समावेश अशा सर्व पैलूंच्या बाबतीत उपलब्ध आलेल्या माहितीच्या आधारे गृहीतकाचा उगम होतो.

३) **व्यक्ती म्हणून अनुभव :** साधारणतः स्वतःच्या वैयक्तिक अनुभवामधून संशोधकाला गृहीतक अवगत असते. झाडावरून फळ खाली पडले या गोष्टीच्या आधारावर न्यूटनने गृहीतक पक्के करून गुरुत्वाकर्षणाविषयी शोध घेतला. सामाजिक शास्त्रांमध्येदेखील संशोधकाला स्वतःच्या कौशल्यातून गृहीतकेची मांडणी केली जाते.

४) **सामान्य संस्कृती :** व्यक्ती ही समाजात रहात असल्याने त्यांचे सर्व प्रकारचे व्यवहार हे समाजामध्येच होत असतात. व्यक्तीच्या व्यवहारासंबंधातले ज्ञान प्राप्त करण्यासाठी त्याच्या संस्कृतीचा अभ्यास करणे जरुरीचे आहे. व्यक्तीचा व्यवहार त्याचे सामान्य चिंतन हे विशेष करून त्यांच्या आपल्या संस्कृतीच्या दृष्टिकोनातून असते म्हणून बहुतेक वेळा गृहीतकांचा स्रोत हा सामान्य संस्कृतीशी निगडित असतो.

५) **संशोधनातील निष्कर्ष :** कोणत्याही शास्त्रामध्ये वेगवेगळ्या क्षेत्रात झालेल्या संशोधन अभ्यासातील निष्कर्षांमधून गृहीतकांची मांडणी केली जाते. विविध शास्त्रीय अध्ययन व अभ्यास विषयातील संशोधने व त्यांचे निष्कर्ष हे गृहीतकांचा प्रमुख उगमस्रोत म्हणून संबोधिले जाते.

अशा प्रकारे सिद्धांताचे निष्कर्ष किंवा सामान्यीकरणाच्या आधारावरती गृहीतकाची निर्मिती होत असते. गृहीतके मांडण्याच्या संदर्भात दोन महत्त्वाचे दृष्टिकोन १) अनुभव सिद्धांत २) सिद्धांताशी संबंधातले गृहीतक.

गृहीतकाचे प्रकार :

वेगवेगळ्या अवस्थांमध्ये रेखाटल्या गेलेल्या गृहीतकांचे स्वरूप हे निराळे असते. त्या आधारानेच गृहीतकाचे प्रकार पाडले जातात. ते पुढीलप्रमाणे-

१) **अनुभवाधिष्ठित एकरूपतेशी संबंधित गृहीतके :** समाजात बऱ्याच घटना सतत घडत असतात. त्या घटना सामान्यपणे एकसारख्या पद्धतीने घडत असतात व त्याचे परिणामही पूर्वी अनुभवास आल्याप्रमाणे असतात. अशाप्रकारच्या घटनांवर अवलंबून असलेल्या गृहीतकांना अनुभाधिष्ठित गृहीतके असे म्हटले जाते. एकसारख्या पद्धतीने घडत असणाऱ्या घटनांच्या क्रियेला 'एकवाक्यता' असे संबोधिले जाते. अशाप्रकारची एकवाक्यता सूचित करणारी गृहीतके सामान्यतः दररोजच्या जीवनात चालत असणाऱ्या श्रद्धा, मूल्ये, विचार,

मान्यता, विरोध याबाबतीत व्यावहारिक गतिमान असतात. ही गृहीतके अनुभवांच्या जोरावर सर्वसामान्य व्यक्तीला जाणवले तरी वैज्ञानिकदृष्ट्या ते बरोबर आहे की नाही हे तपासणे महत्त्वाचे असते.

२) **आदर्श गृहीतके :** हे गृहीतक वेगवेगळ्या कारकांमध्ये तार्किक अंतर्संबंध स्थापन करण्याच्या दृष्टीने बनवले जाते. जी गृहीतके काही मूल्ये व आदर्शांवर आधारलेली असतात. त्यांना 'आदर्श गृहीतके' असे म्हटले जाते. अशाप्रकारचे गृहीत कोणतेतरी सामान्य तत्त्व किंवा निष्कर्ष पूर्ण आधारावर समजून तथ्यांचे तार्किक पद्धतीनुसार परीक्षण होत असते.

३) **विश्लेषणात्मक चलांशी संबंधित गृहीतक :** या गृहीतकेचा उपयोग हा विश्लेषणात्मक परिवर्तनाच्या अभ्यासासाठी केला जातो. यामध्ये एका प्रकारच्या वैशिष्ट्यांचा दुसऱ्या प्रकारच्या वैशिष्ट्यांमधील परिवर्तनाशी समन्वय निर्माण केला जातो. या प्रकारातील गृहीतक साधारण इतर प्रकारच्या गृहीतकांच्या तुलनेत योग्य आहे. त्या व्यतिरिक्त सूत्रीकरणाचे सर्वाधिक लवचीक स्वरूप असल्याचे दिसते.

४) **अभिन्नत्वदर्शक गृहीतके :** जेव्हा गृहीतकांची मांडणी नकारात्मक स्वरूपात असते त्यावेळी त्याला 'अभिन्नत्वदर्शक गृहीतक' असे म्हटले जाते. तथ्य संकलनाच्या संदर्भातील संशोधकाची असलेली पूर्वग्रह दूषितता टाळणे हा या गृहीतकाचा प्रमुख उद्देश होता. मान्यताप्राप्त कृत्याला अतिरिक्त मदत देण्यासाठी अभिन्नत्वदर्शक गृहीतकाचा उपयोग होतो. अनेक वेगवेगळ्या पैलूंचा तौलनिक संबंध या प्रकारच्या गृहीतकाद्वारे दाखविला जातो. अशाप्रकारची गृहीतके सामाजिक संशोधनाची व्याप्ती मोठ्या प्रमाणात वाढवतात.

५) **संशोधनात्मक गृहीतक :** संशोधनाचा सुरुवातीचा टप्पा असते वेळी व संशोधकाला त्याच्या विषयाच्या संदर्भात पूर्ण आवाका येण्याच्या अगोदर या गृहीतकाची तयारी असते. परिणामत: हे गृहीतक पूर्णपणे स्पष्ट स्वरूपात नसते. हे गृहीतक संशोधनाच्या कार्यासोबत विकसित होते.

६) **संबंधात्मक गृहीतक :** यामध्ये गृहीतक हे दोन चलाबाबतीत असलेले संबंध दाखविते. हे संबंध दाखवित असताना ते संबंध कसे असतात याची जाणीव होते. या वाक्यातून चलामधील बदल, त्याची कारणे आणि परिणाम दुसऱ्या चलावर कसे झाले हे समोर येते. बदललेले चल हे 'स्वतंत्र चल' म्हणून संबोधिले जाते. तर त्याच्यावर परिणाम झालेला असतो ते चल परावलंबी म्हणून जाणले जाते.

७) **वर्णनात्मक गृहीतक :** हे गृहीतक अशाप्रकारचे असते की, त्याच्यामध्ये चलाच्या वर्णनात त्याचे अस्तित्व, आकार, रचना, प्रकार आणि वैशिष्ट्ये इत्यादींचा सहभाग असतो. चल ही संकल्पना गृहीत धरून दोन किंवा त्याच्यापेक्षा जास्त मूल्य निर्धारित असतात. हे चल म्हणजेच व्यक्ती, संस्था अथवा एखादी घटना असण्याची शक्यता असते.

अशा प्रकारे साधारणपणे गृहीतकांच्या प्रकारांची चर्चा करण्यात येते. या ठिकाणी हे विचारात घेणे आवश्यक आहे की, जसा संशोधकाचा अभ्यास असतो त्याचप्रकारे गृहीतके निवडणे महत्त्वाचे असतात. कोणतेही गृहीतक चांगले की वाईट हे संशोधनात दिसत नाही तर सगळ्या प्रकारची गृहीतके सामाजिक संशोधन कार्याकरिता महत्त्वाची भूमिका पार पाडतात असेच म्हटले पाहिजे.

गृहीतकांची वैशिष्ट्ये :

गृहीतकांचा अर्थ, व्याख्या आणि विवेचनावरून विशेष वैशिष्ट्य दिसून येतात. आदर्श, चांगल्या गृहीतकाची अनेक वैशिष्ट्ये आहेत. यामधील सर्वांत महत्त्वाचे वैशिष्ट्य म्हणून आदर्श गृहीतकाचा उल्लेख केला जातो. हे गृहीतक ठरावीक कालावधीमध्ये संशोधनाला मदत करते आणि संशोधकाच्या ज्ञानामध्ये भर घालते. आदर्श अशा प्रकारची गृहीतकांची वैशिष्ट्ये पुढीलप्रमाणे–

१) **संकल्पनात्मक स्पष्टत्व :** गृहीतक हे नेहमी स्पष्ट व निश्चित अशा स्वरूपाचे असावे. गृहीतकांच्या भाषेमध्ये आणि त्यामधील असलेल्या विचारांच्या संदर्भात स्पष्टता राहिली पाहिजे. गृहीतक हे प्रारंभीलाच मांडण्यात येणार हे विधान असल्याने तेच जर संदिग्ध आणि भ्रामक स्वरूपाचे असेल तर पुढील अभ्यास आणि त्याचे विवेचन चुकीचे होऊ शकते. त्यामुळेच गृहीतकांमध्ये आलेल्या प्रत्येक शब्दाचा आणि प्रत्येक संकल्पनेचा अर्थ सर्वसामान्य समाजाला जाणता आला पाहिजे. सर्वसाधारणपणे गृहीतकात स्पष्टतेबरोबरच निश्चितता येणे आवश्यक आहे.

२) **गृहीतक विशिष्ट असावे :** एक योग्य आणि उपयुक्त गृहीतकेची वैशिष्ट्ये ही सामान्य न मानता अभ्यास विषयाच्या विशिष्ट पैलूंशी मिळतीजुळती असावी जर का अभ्यास विषयाच्या सर्व बाजूंच्या संबंधित अशा गृहीतकांची मांडणी केली जात असेल तर त्यामुळे संशोधक एकाचवेळी विषयाच्या संदर्भातील सगळ्या पैलूंचा यशस्वीपणे अभ्यास करू शकत नाही म्हणून गृहीतकांच्या विशिष्ट भूमिकेमुळे संशोधनात व्यावहारिकता आणि महत्त्व यांचेही स्पष्टीकरण होते.

३) **सिद्धांतनिष्ठता :** सर्वसामान्यपणे सगळ्या शास्त्रांचा एकमेकांशी संबंध येतो. शास्त्र हे परस्परांच्या वाढीला मदत करतात, म्हणूनच कुठलेही गृहीतक हे मान्य पावलेल्या सिद्धांतांच्या चौकटीमध्ये बसणारे असावे. त्याचा संबंध पूर्वप्रस्थापित सिद्धांताबरोबर असावा. गृहीतक हे पूर्वप्रस्थापित सिद्धांतावर निर्माण झालेले असते. तेव्हापासून ज्ञानाच्या क्षेत्रात वास्तविक योगदानाची भर पडते. यासाठी वैज्ञानिक आधार असला पाहिजे.

४) **भविष्य कथन क्षमता :** भविष्यामध्ये काय घडू शकेल याचा अंदाज आणि भूतकाळात काय घडले असेल या विषयाचा अनुमान या दोन्हींचा सहभाग भविष्यकथन या संज्ञेच्या संकल्पनेमध्ये होतो. सिद्धांत गृहीतकांचा आधार असेल तर त्या गृहीतकांमध्ये भविष्य कथनाची क्षमता निर्माण होत असते.

५) **उपलब्ध पद्धत/तंत्र संबंधित :** गृहीतक मांडताना संशोधकाने अस्तित्वात असलेले तंत्र अथवा पद्धती यांच्यावर आधारित परीक्षण करणे, अत्यंत गरजेचे आहे. संशोधक ज्या समस्येच्या निवारणार्थ प्रयत्न करीत असतो, त्या संशोधनाच्या गृहीतकेची चाचणी होण्यासाठी काही तंत्राची अथवा साधनांची आवश्यकता असते. याची जर माहिती नसेल तर संशोधनासाठी शास्त्रीय कसोटीच्या आधारे संशोधन करण्यासाठी बऱ्याच अडचणी निर्माण होतात. गृहीतकांच्या परीक्षणाकरिता कोणत्या प्रकारची तंत्र पद्धती अस्तित्वात आहे हे प्रश्नाच्या निर्मितीमुळेच शक्य आहे.

६) **अनुभवजन्यता :** गृहीतक हे अनुभवजन्य असल्याचे महत्त्वाचे वैशिष्ट्य होते. संशोधकाने संशोधन समस्या निवारणाकरिता मांडलेले गृहीतक हे अनुभवजन्य असायला पाहिजे. गृहीतकापासून निघालेल्या निष्कर्षाची प्रथमतः अनुभवाच्या आधारे योग्य चाचणी घेतली पाहिजे. गृहीतक हे भौतिक मूल्याधारावर असले पाहिजे. प्रमुख विचारवंतांच्या अनुभवजन्य तथ्यांच्या आधारे स्पष्ट केलेल्या विधानाला 'गृहीतक' असे म्हटले जाणार नाही म्हणून हे गृहीतक शास्त्रीयदृष्ट्या योग्य ठरणार नाही.

७) **समस्येचे पर्यायी उत्तर :** आदर्श गृहीतक हे समस्येविषयीचे एक सूचक उत्तर असले पाहिजे. एकाच समस्येच्या समाधानासाठी बरीचशी गृहीतके असू शकतात. ज्या त्या समस्येविषयीचे समाधान होऊ शकेल असा योग्य दृष्टिकोन गृहीतकांमध्ये व्यक्त झाला पाहिजे.

८) **गृहीतक हे साधे व सरळ असावे :** गृहीतक हे साधे, सरळ स्वरूपाचे असावे असा उल्लेख मिळतो. याचा अर्थ गृहीतक हे सर्वसामान्य व्यक्तीला

समजले पाहिजे असे नाही तर साधे आणि सरळ हे गुण कोणत्या घटनेला स्पष्ट करण्यासाठी महत्त्वाचे असते.

९) **गृहीतक दृढ आणि सुसंगत असले पाहिजे :** तार्किकदृष्टिकोनातून गृहीतक हे अधिक सुसंगत आणि दृढ असले पाहिजे व त्याच प्रकारच्या अनेक विधानांशी समरूप असावे.

१०) **गृहीतकांमध्ये हेतू आणि उद्देश असले पाहिजे :** संशोधकाचा आपल्या संशोधन कार्यावर निश्चितपणाने परिणाम होतो. म्हणून गृहीतक हे संशोधकाच्या पूर्वग्रहाने दूषित नसले पाहिजे. तर गृहीतक हे उपलब्ध तथ्यांवर आधारलेले असले पाहिजे.

गृहीतक मांडणीतील समस्या :

गृहीतकांची निर्मिती करणे अवघड कार्य आहे. गृहीतक मांडताना बऱ्याच अडचणी अथवा समस्या समोर येतात. त्यामुळे संशोधकाने अतिशय काळजीने गृहीतकांची मांडणी केली पाहिजे. गुड आणि हॅट या इतिहासकारांनी गृहीतक निर्माणामध्ये येणाऱ्या समस्यांचा उल्लेख केलेला आहे.

१) **सैद्धांतिक चौकटीचा अभाव :** कसलाही विचार उत्पन्न झाल्यावर संशोधक शास्त्रीय पद्धतीने संशोधन करण्यासाठी जेव्हा गृहीतक देतो तेव्हा सर्वांत मोठी समस्या अशी निर्माण होते की, गृहीतकांचे स्पष्टीकरण करण्यासाठी सैद्धांतिक संदर्भाची चौकट उपलब्ध नसते. अशा स्थितीत एका कामचलाऊ गृहीतकाची मांडणी करणे कठीण असते.

२) **सैद्धांतिक अधिष्ठानाचा अभाव :** बऱ्याचवेळा सैद्धांतिक चौकट असते. परंतु संशोधकाला आपले विषय आणि गृहीतकांच्या संदर्भातील सैद्धांतिक चौकटीच्या ज्ञानाची माहिती नसल्याने गृहीतकांची चौकट चुकीच्या ठिकाणी उभी राहते. परिणामत: एका दिशेने संशोधन होऊ शकत नाही. तात्पर्य- त्याचे संशोधन अर्थहीन आणि चुकीचे असते.

३) **तार्किक सुसंगतीचा अभाव :** बऱ्याचवेळा संशोधकाला सैद्धांतिक चौकटी संदर्भात पर्याप्त माहिती असते. परंतु, सैद्धांतिक चौकटीचा तार्किक व कुशल वापर करण्याची कार्यक्षमता नसेल तर गृहीतकांची मांडणी करतेवेळी समस्या उत्पन्न होते. म्हणून संशोधकाला चौकटीचा तर्कपूर्ण व कुशल असा वापर करणे आवश्यक असते.

४) **अध्ययन तंत्राचा अभाव :** आधुनिक कालाखंडात बरेच नव-नवीन शोध, मशीन, यंत्रे आदी गोष्टींमध्ये वाढ झाली आहे. अध्ययनाची आधुनिक तंत्रे

आल्याने अध्ययन तंत्रामध्ये गती आली आहे. त्यामुळे या वेगवेगळ्या तंत्रापैकी सर्वांत उपयोगी अशा तंत्राची आपल्या संशोधनासाठी निवड करणे अवघड झालेले आहे. साधारणत: योग्य अशाप्रकारच्या तंत्राची अंमलबजावणी करणे संशोधकाला कठीण झाले आहे.

५) **संशोधन पद्धतीच्या ज्ञानाचा अभाव :** संशोधकाला आपल्या संशोधन पद्धतीची माहिती असणे गरजेचे आहे. त्यामुळेच तो आपले गृहीतक तपासून पाहण्यासाठी कोणत्या तंत्राचा वापर केला गेला पाहिजे, याचे निर्णय घेऊ शकतो. आता शास्त्राच्या विकासाबरोबरच पद्धती व तंत्राचासुद्धा विकास झालेला आहे. परंतु, त्याविषयीची माहिती संशोधकाला नसते म्हणूनच गृहीतकांची मांडणी करीत असताना काही समस्या निर्माण होतात.

गृहीतकांचे संशोधनातील महत्त्व :

गृहीतकांच्या अभावी संशोधकाची मन:स्थिती दिशाहीन स्वरूपाची असते. त्यामुळेच त्याच्या संशोधनाच्या कामामध्ये विस्कळीतपणा येतो. पुढी काही बाबींवरून गृहीतकांचे महत्त्व जाणता येते.

१) **संशोधकाला मार्गदर्शक :** गृहीतक हे पूर्वज्ञानावर आधारलेल्या समस्येचे निराकरण करते. त्यामुळे संशोधकाने कशा प्रकारची माहिती व तथ्ये आणि आकडेवारी एकत्रित करावी आणि त्यांच्या साहाय्याने गृहीतकांचे कोणत्या प्रकाराने प्रशिक्षण करावे. याबाबतीत त्याला मार्गदर्शन प्राप्त होते. संशोधन विषयाशी संबंधित असलेल्या इतर माहितीचे संकलन करण्याला मदत होते.

२) **संशोधनाबाबत निश्चितता :** सामाजिक घटना आणि तथ्ये यांच्यामधील परीघ अत्यंत व्यापक स्वरूपाचा असतो त्यामुळे संशोधक आपल्या संशोधन विषयाच्या वेगवेगळ्या पैलूंचा अभ्यास एकाचवेळी करू शकत नाही. गृहीतकांमुळे संशोधन कार्यामध्ये गती येते.

३) **तथ्य संकलन उपयोगिता :** संशोधन समस्या सोडवण्यासाठी केलेल्या प्रयत्नांमधून संशोधकासमोर बऱ्याच प्रकारची तथ्ये समोर येतात. गृहीतकांमुळे संशोधनाचे अभ्यासाचे क्षेत्र कमी होण्याला मदत होते आणि त्याची दिशा देखील ठरते. गृहीतक हे संशोधकावर नियंत्रण प्रस्थापित करून अभ्यासाकरिता शास्त्रीय बनविण्यासाठी महत्त्वपूर्ण भूमिका बजावते.

४) **निष्कर्ष शोधण्यास मदत :** गृहीतक ही संशोधकाला स्वत:च्या संशोधनाचे निष्कर्ष काढण्यासाठी मदत करतात. तथ्यांच्या आधाराने संशोधकाला गृहीतकेची सत्यता तपासून पहाता येते आणि त्याचे पूनर्निरीक्षण करता येते.

५) **संशोधन कार्य सरळ आणि मर्यादित होते :** गृहीतकांच्या निर्मितीमुळे संशोधन कार्य सरळ आणि संशोधनाचे क्षेत्र मर्यादित असेल तर चुका कमी होतात.

६) **वेळ, पैसा आणि श्रमांची बचत :** संशोधन प्रकल्पात गृहीतक हे महत्त्वपूर्ण असते. संशोधन कार्यामध्ये अस्थिरता येऊ नये अनावश्यक माहिती जमा करण्यामध्ये वेळ, श्रम, पैसा अधिक खर्च होऊ नये आणि शास्त्रीय जाणिवांची जपवणूक करून गृहीतकांचे कार्य केले पाहिजे.

ड) संशोधन पद्धत :

इतिहास या विषयाला शास्त्राचा दर्जा मिळाल्यानंतर 'इतिहास संशोधन' ही संकल्पना विकसित होत गेली. इतिहास संशोधन ही सातत्याने चालू राहणारी प्रक्रिया आहे. या व्यतिरिक्त काळ हा सतत वाहणारा प्रवाह होय. तो काही थांबलेला नाही. आजचा वर्तमानकाळ हा भूतकाळात जमा होत आहे. आजच्या घटनादेखील उद्याचा इतिहास बनत आहेत. तेव्हा 'इतिहास संशोधन' म्हणजे नेमके काय? इतिहास संशोधनाची नेमकी पद्धत कोणती? कागदपत्रांचे परीक्षण कसे असावे. या सर्व गोष्टींचा विचार करावा लागतो.

'इतिहास संशोधन' म्हणजे काय? :

इतिहासामध्ये कागदपत्रांच्या साहाय्याने प्रचलित ज्ञानामध्ये भर घालून एखाद्या प्रश्नावर नव्याने प्रकाश टाकणे, त्याचप्रमाणे मूलभूत संशोधनामध्ये महत्त्वाची भर घालणे हा इतिहास संशोधनाचा प्रामुख्याने हेतू असतो. संशोधक जुन्या कागदपत्रांच्या साहाय्याने भूतकालातील इतिहासाचा बदलत्या काळाच्या संदर्भात नवा अर्थ समाजासमोर मांडत असतो. सत्य कागदपत्रांच्या साहाय्याने संशोधकाने पुढील तीन बाबींपैकी किमान एकाच्या संदर्भात मौलिक संशोधन करणे गरजेचे असते.

१) **नव्याने उपलब्ध झालेली माहिती :** इतिहास संशोधनामधील हा अगदी सोपा आणि पहिला भाग होय. याच्यामध्ये संशोधक आजपर्यंत उपलब्ध नसलेली माहिती व कल्पना उजेडात आणतो. १९व्या शतकापर्यंत भारतामध्ये अशाप्रकारच्या नव्या संशोधनासाठी बरीचशी संधी उपलब्ध होती. कारण या देशांमध्ये असंख्य राजे, राजघराणे व राज्य उदयास आली व कालांतराने नष्ट झाली. प्राचीन काळापासून ब्रिटिश राजवटीपर्यंत आर्थिक, सामाजिक बाबी, राजकीय संस्था, सांस्कृतिक वारसा या संबंधातील प्रचंड साधनसामुग्री संशोधकाची वाट पहात पडून राहिलेली होती. ब्रिटिश संशोधकांनी ऐतिहासिक

संशोधनाला फार मोठी चालना दिली. प्रिन्सेपपासून ते जॉन मार्शलपर्यंत अशा अनेक संशोधकांनी उपलब्ध साधनसामुग्री सर्वांसाठी खुली करून इतिहास संशोधनाच्या क्षेत्रात एका नवीन दालनाची निर्मिती केली.

२) **माहीत असलेल्या घटनांचा अन्वयार्थ :** संशोधनाची ही दुसरी पायरी असून ती अवघड आहे. कारण ऐतिहासिक संदर्भात साधनसामुग्री जेव्हा उपलब्ध होते, तेव्हा त्यांना नवा अर्थ द्यावा लागतो व स्पष्टीकरणही करावे लागते. वेगवेगळ्या प्रकारच्या तांत्रिक कसोट्यांचा अवलंब करून त्या साधनांविषयी खरे-खोटेपणा तपासावा लागतो. ऐतिहासिक घटना या निर्जीव स्वरूपात असतात. त्यांना बोलते करण्याविषयीचे काम संशोधकाला पार पाडावे लागते आणि यावेळी इतिहासकारही स्वत:ची मते घटनांच्या स्पष्टीकरणांमध्ये देऊ शकतो. बऱ्याच वेळा घटनांचे करण्यात आलेले स्पष्टीकरण वादग्रस्त असू शकते. त्यावेळी संशोधकाने आपले मत मांडताना विनाकारण वाद निर्माण होणार नाही, याविषयी काळजी घेतली पाहिजे, यालाच इतिहासाचा अन्वयार्थ असे संबोधिले जाते. स्पष्टीकरण करताना मांडलेली मते वस्तुनिष्ठ स्वरूपात असली पाहिजे.

३) **उपलब्ध घटनांना एखाद्या तत्त्वाचे स्वरूप :** संशोधनातील महत्त्वाचा असा तिसरा टप्पा होय. परंतु, हा टप्पा अतिशय गुंतागुंतीचा असतो. यासाठी एक तत्त्व शोधून ते प्रचलित अशा तत्त्वांमध्ये मांडले पाहिजे. या कामामध्ये जो संशोधक यशस्वी होईल तोच खरा इतिहास संशोधक मानला जातो. अशा या प्रक्रियेमध्ये इतिहासामधील तत्त्वज्ञान व प्रचलित ज्ञान यांच्यामध्ये समन्वय साधला जातो. मार्क्स, हेगेल, स्पेन्सर, लोसे यांसारख्या तत्त्ववेत्त्यांनी या टप्प्यावर महत्त्वपूर्ण कार्य केल्याने संशोधन क्षेत्रात त्यांची किर्ती पसरली.

संशोधकाचे गुण :

इतिहास संशोधनासाठी संशोधकाकडे विशिष्ट अशी चांगली गुणवत्ता असणे आवश्यक आहे. मुळामध्येच त्याला इतिहासविषयाची आणि संशोधनाची आवड असणे अत्यंत गरजेचे आहे. कोणत्या विषयामध्ये संशोधन करायचे आहे त्याचा योग्य आराखडा असणे जरुरीचे आहे. संशोधनासाठी कितीही त्रास झाला तरी तो त्रास आनंदाने सहन करण्याची क्षमता संशोधकाकडे असावयास पाहिजे. आरामखुर्चीत न बसता संदर्भसाधने जमा करण्यासाठी त्याला अनेक वेगवेगळ्या ठिकाणी फिरावे लागले. काही वेळा संदर्भसाधने मिळत नाही तेव्हा नाराज न होता सतत त्या दृष्टिकोनातून प्रयत्न केले पाहिजे.

संशोधकाची निवेदन शैली :

चांगली निवेदन शैली हा संशोधकाचा महत्त्वपूर्ण गुण समजला जातो. चांगल्या प्रकारची भाषाशैली असेल तरच तो आपले संशोधन योग्य प्रकारे वाचकांच्यापुढे आणि समाजापुढे ठेवू शकतो. संशोधन केलेल्या गोष्टी योग्य निवेदन शैलीच्या माध्यमातून समाजासमोर मांडल्या तरच संशोधनाला समाजमान्यता मिळते. त्यासाठी निवेदन करण्याविषयी प्रभावी भाषाशैली आवश्यक असते.

संशोधनाच्या पायऱ्या :

इतिहास विषयीचे संशोधन करीत असताना ऐतिहासिक पद्धतीचा अवलंब करावा लागतो. ही ऐतिहासिक पद्धत सद्य:परिस्थितीत मोठ्या प्रमाणावर विकसित झाली आहे. अशाप्रकारची इतिहासातील ही पद्धत इतर संशोधन पद्धतीपेक्षा वेगळ्या स्वरूपाची आहे. इतिहास लेखनप्रक्रिया ही इतिहासशास्त्राचा भाग मानली जाते. इतिहास विषयीचे लेखन करताना इतिहासकाराला वेगवेगळ्या स्थितीतून जावे लागते आणि त्याला कोणत्या स्वरूपाच्या गोष्टींची दक्षता घ्यावी लागते याचा अभ्यास करणे म्हणजे इतिहास लेखनप्रक्रिया किंवा संशोधनाच्या पायऱ्या समजावून घेणे. संशोधन प्रक्रिया ही अनेक संस्कारातून जाणारी पद्धत आहे. विशेषकरून विषयाची निवड त्या अनुषंगाने कागदपत्रांची निवड, मांडणी, कागदपत्रांचे स्पष्टीकरण आणि मूल्यमापन या टप्प्यातून संशोधन प्रक्रियेची वाटचाल चालू असते.

विषयाची निवड :

संशोधकाला पहिल्यांदा विषय निवडावा लागतो. विषयाची निवड करणे ही सोपी गोष्ट नाही. कोणत्याही प्रकारची चूक न करता अगदी काळजीपूर्वक विषयाची निवड करणे आवश्यक आहे. याचबरोबर संबंधित विषयाला इतर कोणत्या विषयाची मदत होऊ शकेल याविषयी अंदाज घेणे आवश्यक आहे. आपल्या विषयाच्या संदर्भात साधने कोणत्या ठिकाणी उपलब्ध होतील त्याकरिता कोणत्या भाषेची आवश्यकता आहे. जर आपणाला एखादी भाषा अवगत नसेल तर कोणाच्या मदतीने हे कार्य करता येईल इत्यादी सर्व गोष्टींचा अंदाज घ्यावा. विषयाच्या संदर्भात निवड करताना संशोधकाने पुढील तीन गोष्टी जाणून घेणे महत्त्वाचे आहे.

१) आपण निवडलेल्या विषयामधून चांगल्या दर्जाच्या व मौलिक संशोधनाविषयी पडताळणी करणे.

२) आपण निवडलेला विषय अगदी मर्यादित स्वरूपात असावा.

३) आपण निवडलेला विषय सर्वसामान्यांची गरज पूर्ण करणारा असावा.

कागदपत्रांची निवड :

कागदपत्रांशिवाय इतिहास लेखन पूर्णत्वाला जाऊ शकत नाही. एकदा विषय निवडल्यानंतर संशोधकाने संबंधित कागदपत्रे जोडली पाहिजे. कागदपत्रे ही इतिहासाचा आत्मा म्हणून ओळखला जातो. कागदपत्रांशिवाय इतिहासाचे लेखन करणे अशक्य आहे. कागदपत्रांना अतिशय महत्त्व आहे. ज्या काळातील कागदपत्रे उपलब्ध होत नाही त्यावेळी अलिखित साधनांमध्ये मानवी हत्यारे, अवजारे, भांडी, खेळणी, नाणी, अलंकार आदिंचा अभ्यास करावा लागतो. संशोधकाला वेगवेगळ्या भाषा अवगत असणे आवश्यक आहे. विषयाच्या निवडीनंतर त्या विषयाला अनुसरून अशा संदर्भ ग्रंथाची यादी तयार करणे आवश्यक असते. या साधनांची प्राथमिक, दुय्यम अशी विभागणी केली जात असे. संदर्भ ग्रंथाची यादी तयार झाल्यानंतर आपल्याला संशोधन करण्यासाठी आराखडा तयार करणे महत्त्वाचे असते. संशोधकाच्या कल्पना शक्तीच्या जोरावर विषयासंदर्भात एक साचेबंद आकृती तयार होते.

कागदपत्रांची मांडणी :

कागदपत्रांची निवड केल्यानंतर महत्त्वाची पायरी म्हणजे कागदपत्रांची मांडणी होय. संशोधकाने निवड केलेल्या कागदपत्रांची सुसंगतवार मांडणी करणे महत्त्वाचे असते. उपलब्ध सर्वच कागदपत्रे महत्त्वपूर्ण नसतात. सर्वच कागदपत्रांमधून आवश्यक माहिती मिळेलच असे नाही. त्यासाठी संशोधकाने तर्काचा वाप करून कागदपत्रांच्या दर्जानुसार किंवा महत्त्वानुसार त्यांची योग्यपद्धतीने मांडणी करावी. कागदपत्रांची मांडणी करताना इतिहासकाराला तंत्रज्ञानाची भूमिका घ्यावी लागते. कागदपत्रांना काय? कोणी? कसे? कोठे? केव्हा? असे अनेक प्रश्न करून त्यांना बोलके करावे लागते. अभ्यासाकरिता निवडलेल्या कागदपत्रांची कालक्रम, घटनाक्रम, प्रदेशक्रम, व्यक्तीक्रम याप्रमाणे मांडणी करावी लागते. हे सर्व करत असताना कोणत्या गोष्टींना महत्त्व द्यावयाचे ते ठरवावे. वरील सर्व गोष्टींमध्ये योग्यरितीने समन्वय साधावा.

कागदपत्रांचे स्पष्टीकरण :

कागदपत्रांच्या मांडणीनंतर त्यामधील घटनांचे स्पष्टीकरण करणे ही संशोधन प्रक्रियेमधील पुढची पायरी होय. घटनांचे स्पष्टीकरण केल्यानंतर त्याच्यामध्ये कार्यकारण भाव प्रस्थापित करणे महत्त्वाचे असते. त्याच्यानंतर घटनांचा अर्थ स्पष्ट होतो. यालाच 'अभ्युपगम' असेही म्हटले जाते. अभ्युपगमातील गृहीत तत्त्वांची पडताळणी झाल्यानंतर ऐतिहासिक घटनातील कार्यकारणभावासंबंधी काढलेले निष्कर्ष बिनचूक असल्याची खात्री झाल्यानंतरच आपण सामान्यीकरणाद्वारेच स्पष्ट व निश्चित विधान करू शकतो.

ऐतिहासिक घटनांचे वस्तुनिष्ठ स्पष्टीकरण करताना काही अडचणी येतात. आलेल्या सर्व अडचणींचा विचार करून ते निष्पक्षपाती लेखन कसे होईल यासाठी प्रयत्न करावा.

कागदपत्रांचे परीक्षण :

संशोधन प्रक्रियेला अंतिम स्वरूप देण्यापूर्वी निवडलेल्या कागदपत्रांची सत्यता व विश्वसनीयतेची पडताळणी करावी लागते. उपलब्ध सर्वच कागदपत्रे अस्सल व अचूक आहेत असे समजू नये. काही कागदपत्रांच्या सत्यतेविषयी शंका निर्माण होऊ शकते. यासाठी कागदपत्रांचे परीक्षण करणे महत्त्वाचे असते.

अशा रितीने संशोधनाची किंवा इतिहास लेखनाची एक विशिष्ट पद्धती आहे तिला पद्धतीशास्त्र (methodology) असे म्हटले जाते. विषयाची निवड, कागदपत्रांची निवड, कागदपत्रांचे स्पष्टीकरण व कागदपत्रांचे परीक्षण अशा वेगवेगळ्या टप्प्यांमधून इतिहास लेखनाची किंवा संशोधनप्रक्रियेची वाटचाल होत असते.

प्रश्न

१) समस्या सूत्रणाची सविस्तर माहिती द्या?

२) समस्या सूत्रणाची विविध टप्प्यांची माहिती द्या.

३) टिपा

   १) समस्या सूत्रणाचा अर्थ

   २) समस्या सूत्रणातील घटक

   ३) समस्या सूत्रणाची प्रक्रिया

   ४) संशोधन समस्येसाठी आवश्यक अटी

४) इतिहासलेखनातील वस्तुनिष्ठता म्हणजे काय? इतिहास पूर्णपणे वस्तुनिष्ठ असतो का?

५) इतिहासाच्या वस्तुनिष्ठतेची चर्चा करा.

६) वस्तुनिष्ठतेचे महत्त्व विशद करा.

७) वस्तुनिष्ठ इतिहासलेखनाच्या मार्गातील अडचणी सांगा?

८) गृहीतकेची सविस्तर माहिती द्या.

९) गृहीतकेची उगमस्थाने सांगा.

१०) गृहीतकेचे प्रकार स्पष्ट करा.

११) गृहीतकेची वैशिष्ट्ये सांगा.

१२) गृहीतकेच्या समस्येविषयी माहिती द्या.

१३) गृहीतकेचे संशोधनातील महत्त्व स्पष्ट करा.

१४) संशोधन पद्धतीचा आढावा द्या.

प्रकरण ४

कृत्रिम चिकित्सा / सिन्थेटिक ऑपरेशन (Synthetic Operations)

अ) बाह्यरंग परीक्षण (External Criticism)
ब) अंतरंग परीक्षण (Internal Criticism)
क) अन्वयार्थ, तळटिपा (Interpretation, Foot Note)
ड) संशोधन कार्य, सांख्यिकी माहिती, निष्पत्ती/परिणाम व संदर्भग्रंथांची यादी)
(Organizing Research Work, Statistical Data, Outcomes and Bibliography.)

काळ हा प्रवाही असून वर्तमानकाळातील घटना उद्याचा इतिहास असतात. मानवी जीवनशैलीचा अभ्यास करत असताना लाखो वर्षांचा अभ्यास करावा लागत असतो. हा अभ्यास विविध साधनांच्या आधारे केला जातो. परंतु, मानवी वाटचालीचे सर्वच रहस्य या साधनांद्वारे उलगडेल असे नाही. कारण अनेक पुरावे आजही पृथ्वीतलावर विखुरलेले असून त्याची माहिती आजही नोंदविली गेली नाही. इतिहासाचा मागोवा घेण्याचा प्रयत्न साधारणत: दोन शतकांपासून सुरू असला तरी आजतागायत अनेक कालखंडातील मानवीय अज्ञान असून संशोधित सर्वच इतिहास परिपूर्ण आहे, असे म्हणता येत नाही. याच कारणास्तव ऐतिहासिक संशोधन ही कायम सुरू राहणारी प्रकिया आहे. जोपर्यंत मानवी भूतकाळ स्पष्टपणे रेखाटला जात नाही तोपर्यंत संशोधनाची प्रक्रिया चालूच राहणार आहे.

संशोधन समस्येची निवड :

आधुनिक काळात संशोधनाला फार महत्त्व प्राप्त झाले आहे. कारण संशोधनातूनच नवनवीन सत्ये बाहेर येत असतात, तर काही संशोधनांमधून समस्या निराकरणाचे कार्य होत असते. एखाद्या क्षेत्राच्या विषयातील एखादी गोष्ट संशोधनकर्त्याला समस्या

वाटणे म्हणजे एकाअर्थाने संशोधनाची सुरुवात झाली असे आपण म्हणू शकतो. शोधकर्त्याला जेव्हा समस्येची जाणीव होते तेव्हा तो त्या समस्येवरती बारकाईने विचार करायला लागतो व त्या समस्येच्या निराकरणासाठी, तिच्या सत्यान्वेषणासाठी तो संशोधन करतो. यामध्ये त्याला त्याची आवड, उत्सुकता, ज्ञान या गोष्टी साहाय्यभूत ठरतात. संशोधन समस्येची निवड करणे जरी सोपे वाटत असले तरी तेवढे सोपे कार्य नाही. संशोधनासाठी शोधकर्ता एखाद्या समस्येची निवड करतो, तर त्या शोधकर्त्याला त्या समस्येची झालेली जाणीव ही महत्त्वपूर्ण असते. ही जाणीवच त्या संशोधकाला त्या समस्येच्या बाबतीत आवड, जिज्ञासा, उत्सुकता, कुतूहल निर्माण करत असते. या जिज्ञासा पूर्ततेसाठी तो संशोधन कार्याकडे वळतो. प्रारंभी या संशोधन समस्येचे ज्ञान संशोधकाला नसते. परंतु, समस्येची जाणीव व जिज्ञासा त्याला हे ज्ञान जाणून घेण्यास प्रवृत्त करत असते. त्यामुळेच संशोधन कार्याला गती प्रदान होते.

थोडक्यात, संशोधनासाठी समस्यांची जाणीव होणे गरजेचे असते. या जाणिवेची पूर्तता करण्याची जिज्ञासा या संशोधकाला स्वस्थ बसू देत नाही. त्यामधून काही नवीन गोष्टी व तथ्य बाहेर येत असते. म्हणूनच संशोधन समस्येची निवड ही संशोधनाची पहिली पायरी मानली आहे.

संशोधन समस्येचा अर्थ :

संशोधन समस्या या शब्दाला इंग्रजीमध्ये 'Research Problem' असे म्हणतात. संशोधन म्हणजे अशी जाणीव की, ज्यामुळे संशोधकामध्ये जिज्ञासा जागृत होऊन त्याच्यासमोर अनेक प्रश्न तयार होतात. या प्रश्नांची उकल करण्यासाठी या सामान्य प्रश्नांना विशिष्ट संशोधन समस्येमध्ये रूपांतर करणे म्हणजेच 'संशोधन समस्या' होय.

संशोधन समस्येची व्याख्या :

संशोधन समस्या ही संशोधनाची पहिली पायरी आहे. कारण संशोधन समस्येमधूनच संशोधनाची दिशा, हेतू, उद्देश, संशोधनासाठी आवश्यक असणारी प्रेरणा विकसित होत असते. काही विचारवंतांनी दिलेल्या व्याख्या खालीलप्रमाणे–

एफ. एन. केरलिंगर : 'समस्या म्हणजे एक प्रश्नवाचक विधान होय'.

टाऊन शेड : 'संशोधन समस्या म्हणजे निराकरणासाठी समोर आलेला प्रश्न होय'.

थोडक्यात संशोधन समस्या म्हणजे संशोधन करण्यास प्रवृत्त करणारा प्रश्न होय. ज्याच्या निराकरणासाठी संशोधक संशोधन करत असतो. ज्यामध्ये त्याची रुची, जिज्ञासा या गोष्टी महत्त्वपूर्ण असतात.

ऐतिहासिक संशोधनाच्या पद्धती :

ऐतिहासिक संशोधन ही एक गहन प्रक्रिया असून ऐतिहासिक संशोधनाच्या पद्धती या वेगवेगळ्या आहेत. मूळत: इतिहास हे एक सामाजिकशास्त्र असल्याकारणाने सामाजिकशास्त्रात अवलंब केलेल्या सर्वच संशोधन पद्धती थोड्याफार प्रमाणात बदल करून इतिहासाच्या संशोधनकार्यात उपयुक्त ठरतात. सर्वसाधारणत: संशोधक हा संशोधनासाठी कोणता विषय निवडतो यावरून या पद्धती ठरवल्या जातात. त्याचबरोबर कोणत्या विषयाची, काळाची, स्वरूपाची माहिती संकलित करायची आहे यावरूनसुद्धा ऐतिहासिक संशोधनाच्या पद्धतीमध्ये बदल होत असतो. या पद्धती पुढीलप्रमाणे सांगता येतील.

१) सर्वेक्षण पद्धती
२) प्रश्नार्थक पद्धती
३) मुलाखत पद्धती
४) संदर्भ पद्धती

वरील सर्व पद्धतींचा इतिहास संशोधन करीत असताना एकत्रित अथवा स्वतंत्ररित्या उपयोग होऊ शकतो. केवळ पद्धती वापरण्याचे स्वरूप बदलले जाऊ शकते.

१) सर्वेक्षण पद्धत

इतर सामाजिकशास्त्रांप्रमाणेच इतिहास संशोधनामध्येसुद्धा विपुल प्रमाणात सर्वेक्षण पद्धतीचा अवलंब केला जातो. प्राचीन भारतातील इतिहास नोंदवित असताना शिलालेख, स्थापत्य, शिल्प इत्यादींना अधिक महत्त्व असते. इतिहास संशोधक हा या अवशेषांचे सर्वेक्षण करून त्याची व्याप्ती, वैशिष्ट्ये, विस्तार या गोष्टी भौगोलिकदृष्ट्या लक्षात घ्यावा लागतात. त्याचबरोबर प्रत्येक अवषेशांचे अवलोकन व निरीक्षण करून त्याची सविस्तर नोंद ठेवावी लागते. रेखाचित्रे, छायाचित्रे काढून त्याच्या मोजमापासहित तपशील आकलन करावा लागतो. त्या ऐतिहासिक वास्तूंचे बारकाईने अध्ययन करून जेवढी शक्य होईल तेवढी सविस्तर व सखोल माहिती ठेवावी लागते. कारण सर्वेक्षण करत असताना जेवढी सखोल व सविस्तर माहिती असेल तेवढे संशोधन कार्य करत असताना सोईस्कर होते. ज्या वास्तूचे सर्वेक्षण करावयाचे आहे उदा. मंदिर, लेणी, मशीद, स्तूप, पिरॅमिड, चर्च इत्यादींच्या दिशांचीसुद्धा नोंद घ्यावी लागते. साधारणत: प्राचीन व मध्ययुगीन इतिहासाचे संशोधन करत असताना जी शिल्पे, स्थापत्य, वास्तू सापडतात त्यांचे संशोधन करत असताना या पद्धतीचा अवलंब केला जातो. त्याचबरोबर

हस्तलिखित कागदपत्रांचे संशोधन करीत असताना किंवा त्यांचा शोध घेताना याच पद्धतीचा वापर केला जातो. इतिहासाच्या साधनांचा शोध घेणारे इतिहासकार, संशोधक याच संशोधन पद्धतीचा उपयोग करून अनेक कागदपत्रे संकलित करतात. सेतू माधवराव पगडी, वि. का. राजवाडे यांसारख्या इतिहासकारांनी सर्वेक्षणात्मक पद्धतीचा अवलंब करूनच अनेक कागदपत्रे जमा केलेली आहेत. त्याचबरोबर आधुनिक काळातील इतिहासाचा लेखाजोखा मांडायचा असेल तर हीच पद्धत उपयुक्त ठरू शकते. स्वातंत्र्यचळवळीतील स्थानिक घटकांचा आढावा घ्यायचा झाल्यास त्याचबरोबर लोकसहभाग जाणून घ्यायचा झाल्यास त्यांना प्रत्यक्ष भेटून, प्रश्न विचारून माहिती गोळा करत असताना सर्वेक्षण पद्धत साहाय्यकारी ठरते. समकालीन इतिहासाचे संशोधन करीत असतानासुद्धा सर्वेक्षण पद्धत उपयुक्त ठरू शकते. सारांशत: सर्वेक्षण पद्धत ही प्राचीन काळापासून-आधुनिकाळापर्यंत कमी-अधिक प्रमाणात इतिहास संशोधकाला मदतच करीत असते.

सर्वेक्षणातून संकलित माहिती :

संकलित माहितीचे सर्वेक्षण करणे हा सर्वेक्षण पद्धतीचा पहिला टप्पा होय. संकलित माहितीचे विश्लेषण करणे हा दुसरा टप्पा होय. संकलित माहितीची विश्वसनीयता तपासणे व त्याची पडताळणी केल्यानंतर जी माहिती अन्य पुराव्यांच्या आधारे सिद्ध करणे क्रमप्राप्त होते यावरून एक गोष्ट लक्षात येते की सर्वेक्षणामधून संकलित माहिती संशोधन कार्यास पुरेशी असू शकत नाही. भारतीय स्वातंत्र्यलढ्याचा, प्रबोधन कालखंडातील चळवळींचा, सामाजिक बदलांच्या अध्ययनाचे उदाहरणस्वरूप घेता येईल. लोकसंग्रही पुराव्यांचे सर्वेक्षण करून इतर कागदपत्रांच्या, पुराव्यांचा, शासकीय दप्तरातील कागदपत्रांचा समन्वय करण्याची काळजी संशोधकाला घेणे क्रमप्राप्त ठरते. यावरूनच सर्व संशोधनविषयास सर्वेक्षण पद्धत वापरणे योग्य नसून विषयाचे स्वरूप बघून संशोधकाने योग्य त्या पद्धतीची निवड करणे गरजेचे आहे.

सर्वेक्षण पद्धतीच्या मर्यादा :

सर्वेक्षण करत असताना आपणास सर्वेक्षण पद्धतीच्या प्रारंभी मर्यादा लक्षात घ्याव्या लागतात. या मर्यादांची स्पष्टता विषय व भौगोलिक स्तरावर करूनच माहितीचे संकलन करावे लागते. संकलित माहितीचे यानंतर विश्लेषण करणे संशोधन विषयावरच अवलंबलेले असल्याकारणाने सर्वेक्षण पद्धतीमधून मिळालेल्या माहितीचे वेगवेगळ्या प्रकारे विश्लेषण करणे क्रमप्राप्त ठरते. आधुनिक काळात संख्याशास्त्रीय, अर्थशास्त्रीय, धार्मिक, समाजशास्त्रीय, राज्यशास्त्रीय विश्लेषण केले जाऊ शकते. सर्वेक्षण पद्धतीचा

अवलंब करत असताना संशोधकाने एक गोष्ट ध्यानी घेतली पाहिजे की, सर्वेक्षण करणे म्हणजे संशोधन पूर्ण झाले, असे नव्हे. या पद्धतीतून संकलित झालेली माहिती नवीन ज्ञानात भर टाकणारी आहे का, ती खरोखरच अज्ञात होती का यांसारख्या प्रश्नांची उकल करणे गरजेचे आहे. त्यासाठी वाचन व्यापक असावे लागते. कारण वाचन जितके व्यापक तेवढ्या प्रमाणात सर्वेक्षणातून संकलित माहितीचा वापर संशोधन कार्यात होऊ शकतो. प्राचीन कालखंडातील धार्मिक श्रद्धास्थानांचे संशोधन करावयाचे झाल्यास सर्वेक्षण पद्धतीचा अवलंब करून त्या काळातील धार्मिक अंगाचे विश्लेषण सर्वेक्षण करून करता येऊ शकते.

२) प्रश्नार्थक पद्धत :

आधुनिक काळात इतिहास संशोधनामध्ये प्रश्नार्थक पद्धतीचा वापर सर्वेक्षण पद्धतीला पूरक किंवा स्वतंत्ररित्या केला गेला असून सामाजिक, राजकीय, धार्मिक, आर्थिक क्षेत्रांत येणाऱ्या स्थित्यंतरासंबंधीच्या संशोधन कार्यात ही पद्धत जास्त उपयुक्त ठरत आहे. त्यातल्या त्यात समकालीन इतिहास नोंद घेण्यास ही पद्धत अधिक उपयुक्त ठरताना दिसून येते. निवडणूक कालावधीतील रणधुमाळीचा अंदाज बांधण्यासाठीसुद्धा प्रश्नावली पद्धत वापरली जाते. पाच-पन्नास वर्षांपूर्वी घडलेल्या चळवळींचा, घटनांचा मागोवा घेण्यासाठीही ही पद्धत उपयुक्त ठरते. कारण या चळवळींमध्ये, आंदोलनांमध्ये, घटनांमध्ये सहभागी झालेले किंवा तिथे प्रत्यक्ष पाहिलेल्या व्यक्ती आजही आपणास उपलब्ध होतात. ते या घटनांचा, चळवळींचा प्रत्यक्षदर्शी पुरावाच असतात. प्रश्नार्थक पद्धतीद्वारे त्या व्यक्तीकडून तत्कालीन चळवळींसंबंधी घटनांसंबंधी माहिती मिळवता येऊ शकते.

प्रश्नार्थक पद्धतीमध्ये प्रश्नावली तयार करत असताना आपण संशोधन करण्यासाठी निवडलेल्या विषयाची व्याप्ती, स्वरूप निश्चित करणे गरजेचे ठरते. आपल्याला कोणत्या स्वरूपाची माहिती आवश्यक आहे याचे ज्ञान संशोधकाला हवे. त्याचबरोबर एक गोष्ट लक्षात ठेवली पाहिजे की, एखाद्या संशोधनासाठी तयार केलेले प्रश्न अन्य दुसऱ्या संशोधनासाठी संपूर्णत: निरर्थक ठरू शकतात. त्यामुळे आपण निवडलेल्या विषयासाठीची प्रश्नावली संशोधन विषयानुसार विचार करून तयार करणे गरजेचे ठरते.

प्रश्नावली तयार करण्याचे स्वरूप :

प्रश्नावलीचे स्वरूप साधारणत: दोन भागांत केले जाते की, ज्याद्वारे माहिती संकलित करत असताना कोणतीही अडचण येऊ नये. प्रथम भागात ज्या व्यक्तीकडून

माहिती घ्यावयाची आहे त्याच्यासंबंधी माहिती असणे, तर दुसऱ्या भागात आपण ज्या विषयाचे संशोधन करणार आहोत त्यासंबंधीचे प्रश्न असतात. प्रश्नावली तयार करत असताना पुढील गोष्टींची माहिती इतिहास संशोधकाने ठेवणे अगत्याचे ठरते.

१) प्रश्नांद्वारे ज्या व्यक्तीकडून माहिती घ्यावयाची आहे ती व्यक्ती बोलती झाली पाहिजे.
२) ज्या व्यक्तीची आपण मुलाखत घेणार आहोत त्या व्यक्तीच्या मनामध्ये विश्वास निर्माण झाला पाहिजे.
३) प्रश्न हे साधे, सरळ व अर्थपूर्ण असावेत.
४) प्रश्नावलीचे स्वरूप हे उत्तरदात्याच्या कार्यक्षेत्राचा विचार करून तयार करावे.
५) प्रश्नावलीद्वारे एखाद्याचे चारित्र्यहनन होणार नाही याची काळजी घ्यावी.
६) ज्या उत्तरदात्याकडून प्रश्नांची उकल होणार आहे त्याच्यावरती अविश्वास किंवा अंधविश्वास ठेवू नये.
७) प्रश्नावलीत नेमकेपणा असावा जेणेकरून मिळणाऱ्या माहितीचे स्वरूप विस्कळीत होणार नाही.

साधारणत: प्रश्नावली तयार करत असताना वरील गोष्टींची काळजी घेतल्यानंतर जी माहिती संकलित होईल त्या माहितीची तटस्थपणे नोंद घ्यावी.

प्रश्नावलीद्वारे संकलित माहिती :

प्रश्नावली पद्धतीद्वारे जी माहिती संकलित होते त्या माहितीचे विश्लेषण करणे गरजेचे ठरते. कशा प्रकारे संकलित माहितीतील चळवळींचे, घटनांचे विश्लेषण केले जाऊ शकते याचा प्राथमिक अंदाज संशोधकाने घेणे गरजेचे ठरते. त्याचबरोबर त्या माहितीचा योग्य क्रम लावणे व त्याचा अन्वयार्थ लावल्यानंतर खऱ्याअर्थाने तो संशोधित विषय स्पष्ट होत असतो. संकलित माहितीची विषयानुरूप विभागणी करून कोणत्या घटकांविषयी माहिती पुरेशी आलेली आहे, कोणत्याविषयी नाही याची स्पष्टता माहितीची विभागणी केल्याने होते. त्याचबरोबर आपण संशोधनासाठी निवडलेल्या संशोधन विषयाची व्यापकताही स्पष्ट होते. जर एखाद्यावेळेस आपल्याला अभिप्रेत नसणाऱ्या माहितीचे संदर्भ प्रश्नावलीतून येत असतील तर अशाप्रकारच्या माहितीमुळे संशोधनाची दिशाच बदलू शकते. साधारणत: प्रश्नावली पद्धतीद्वारे मिळालेली माहितीच संशोधनाची दिशा निश्चित करण्यास मदत करत असते.

३) मुलाखत पद्धत :

मुलाखत व प्रश्नावली पद्धतीमध्ये प्रश्नांद्वारेच माहितीचे संकलन केले जाते.

फरक फक्त एवढाच की मुलाखत पद्धतीमध्ये प्रश्न हे उत्तरदात्याला समक्ष विचारले जातात. मुलाखत पद्धतीचा वापर हा फक्त समकालीन ऐतिहासिक घडामोडींच्या संशोधनातच केला जातो. समकालीन घटनांमध्ये प्रत्यक्ष सहभागी व्यक्तींना भेटून त्यांच्याकडून त्या घटनांची, चळवळींची माहिती मिळविली जाते. मुलाखत पद्धतीमध्ये संशोधक हा गहन अभ्यासक असायला हवा. मुलाखत देणाऱ्या व्यक्तीला गुंतवून, प्रोत्साहित करून त्याच्याकडून माहिती मिळवण्याचे कौशल्य त्याला आले पाहिजे. मुलाखत देणाऱ्या व्यक्तीलाही आपलेसे वाटावे, विश्वास वाटावा एवढे वाचन संशोधकाचे असले पाहिजे. त्याचबरोबर एक गोष्ट लक्षात ठेवली पाहिजे की, मुलाखत देणाऱ्यापेक्षा मुलाखत घेणाऱ्याला गरज आहे याचे भान संशोधकाने ठेवले पाहिजे.

मुलाखत घेतेवेळी घ्यावयाची दक्षता :

- मुलाखत घेणे हे एक कौशल्य आहे. ते आत्मसात करणे गरजेचे आहे.
- मुलाखतीमध्ये प्रश्न हे सरळ, साधे व सोपे असावेत.
- मुलाखतीमधील प्रश्न नेमकेपणाने विचारावेत.
- मुलाखत घेणाऱ्याकडे चिकाटी व जिद्द हवी. ज्याद्वारे तो जास्तीतजास्त माहिती मिळवू शकेल.
- प्रश्नांचा क्रम व पूर्वतयारी या मुलाखत घेणाऱ्या संशोधकाच्या जमेच्या बाजू असल्याने मुलाखतीची पूर्वतयारी करणे व प्रश्नांचा क्रम व्यवस्थित लावणे गरजेचे आहे.
- उत्तरदात्याने जर एखाद्यावेळी कल्पनारंजन व अतिशयोक्तीपूर्ण माहिती दिली तर त्या माहितीची सरमिसळ आपल्या संशोधनात करू नये.
- एखाद्याचा अहंकार दुखावेल असे प्रश्न विचारू नका.
- मुलाखत ध्वनीमुद्रित करा, त्याचबरोबर मुलाखत देणाऱ्या व्यक्तीकडून काही कागदपत्रेही संकलित करण्याचा प्रयत्न करा. जेणेकरून तुमच्या संशोधनाला भक्कम आधार मिळेल.

सारांशत: मुलाखतीद्वारे संशोधकाने मुलाखत देणाऱ्याकडून त्या घटनेसंबंधी जास्तीतजास्त माहिती मिळवून ती माहिती अन्य स्रोतांच्या आधारे तिची सत्यता तपासून विश्लेषण करणे गरजेचे ठरते. या विश्लेषणाने खऱ्याअर्थाने संशोधन कार्यास सुरुवात होत असते.

४) संदर्भ पद्धती :

इतिहासातील संशोधनामध्ये सर्वेक्षण, मुलाखत, प्रश्नार्थक पद्धतींना महत्त्व

आहेच. परंतु, या पद्धतींद्वारेच सर्व माहिती मिळते असे नाही. अनेक संशोधनांत या पद्धतीचा वापरही केला जात नाही. त्याचबरोबर इतिहासाचे पुनर्विश्लेषण अथवा अन्वयार्थ लावायचा असेल तर या पद्धतींचा वापर केला जात नाही. संदर्भ पद्धतीमध्ये मात्र इतिहासात मांडलेल्या विषयाचे नव्या दृष्टिकोनातून पुनर्मूल्यांकन पुनर्निरीक्षण अथवा पुनर्विश्लेषण करून पुनर्लेखन करणे गरजेचे असते. यासाठी मांडलेल्या विषयाचा बारकाईने अभ्यास करणे गरजेचे असते. संशोधन करावयाच्या विषयासंबंधी असणाऱ्या सर्व साधनांचे वाचन करणे गरजेचे असते. या वाचनातूनच पुनर्निरीक्षणाची दिशा ठरली जाते. त्याचबरोबर संदर्भग्रंथाची यादी करणे ही संदर्भ पद्धतीमधली पहिली पायरी होय. या पद्धतीद्वारे केल्या जाणाऱ्या संशोधनामध्ये संदर्भग्रंथाच्या वाचनातूनच माहितीचे संकलन होत असते. त्यामधून नवीन दृष्टिकोनातून विश्लेषण करणे शक्य होत असते.

संदर्भ साधनांचे वर्गीकरण :

संदर्भ पद्धतीमध्ये ऐतिहासिक साधनांचा नव्याने शोध घेणे गरजेचे असत नाही. परंतु, या साधनांचा पुनर्अभ्यास करणे गरजेचे असते. संदर्भ साधनांचे वर्गीकरण प्राथमिक दर्जाची साधने, दुय्यम दर्जाची साधने, संशोधनपत्रिका, नियतकालिके, मासिके इत्यादीप्रकारे केले जाते. प्राथमिक साधनांच्याबरोबर इतर साधनांचा वापर संदर्भ पद्धतीमध्ये करून त्या घटनेचे मूल्यांकन करणे अत्यावश्यक असते.

संदर्भ पद्धतीमध्ये मांडलेल्या विषयाकडे विभिन्न दृष्टिकोनातून पाहणे व त्याचे मूल्यांकन करणे हा उद्देश असू शकतो. साधारणतः एखाद्या कालखंडातील स्त्रियांचे कौटुंबिक किंवा सामाजिक स्थान काय होते अशाप्रकारचा विषयही या संशोधन प्रकारात मोडतो. अशाप्रकारच्या संशोधनात समग्रवाचन व माहितीचे विषयानुरूप विश्लेषण करणे गरजेचे असते. त्याचबरोबर पुनर्लेखन केलेल्या, मांडलेल्या विश्लेषणाला पुरावा देणे, त्याची तर्कशुद्ध मांडणी करणे गरजेचे असते. सारांशतः संदर्भ पद्धतीमधील संशोधनात पूर्वाश्रमीचे लिखाण, मतेही महत्त्वपूर्ण असतात. ही सर्व माहिती संदर्भग्रंथांच्या अभ्यासातून मिळत असते.

सारांशतः संशोधन ही सतत चालणारी गोष्ट असून इतिहासाच्या संशोधनामध्ये कमी–अधिक प्रमाणात वेगवेगळ्या संशोधन पद्धतींचा अवलंब केला जातो. त्यामध्ये सर्वेक्षण, मुलाखत, प्रश्नार्थक व संदर्भ पद्धती या महत्त्वपूर्ण मानल्या गेलेल्या आहेत.

साधन चिकित्सा :

इतिहासामध्ये गतकालीन घटनांची नोंद साधनांच्या आधारे घेतली जाते.

त्यामुळे इतिहासात साधनांना अनन्यसाधारण महत्त्व आहे. ऐतिहासिक साधनांच्या शोधानंतर त्या साधनांची चिकित्सा करणे क्रमप्राप्त ठरते. खऱ्याअर्थाने साधनांच्या चिकित्सक वापरामुळेच इतिहासाला शास्त्रदर्जा प्राप्त झाला आहे. या साधनांची उपलब्धता शोधणे जितके अवघड आहे तितकेच त्या साधनांची चिकित्सा करणे आव्हानात्मक आहे. साधनांच्या चिकित्सेनंतरच इतिहासकार त्याचे विश्लेषण करीत असतो. या विश्लेषणाच्या आधारावरच तो गतकालीन घटनांच्या मुळापर्यंत पोहोचत असतो. साधनांची सत्यता, विश्वासार्हता तपासण्यास साधन चिकित्सा महत्त्वपूर्ण भूमिका बजावते. कारण इ.एच.कार यांच्यामतानुसार 'इतिहासातील घटना निर्जीव असतात. त्यांना सजीव करून बोलते करण्याचे काम इतिहासकाराला करावे लागते.' यानुसार मूक इतिहासाला साधनांच्या साहाय्याने बोलते करण्याचे काम इतिहासकाराला करावे लागते. हे काम करत असताना साधनांची चिकित्सा अथवा परीक्षण करणे गरजेचे ठरते. साधनांची चिकित्सा दोन प्रकारे केली जाते.

अ) बाह्यरंग परीक्षण :

साधन चिकित्सेमध्ये साधनांचे बाह्यरंग परीक्षण साधन संकलनानंतर सुरू होते. हे बाह्यरंग परीक्षण साधनांची विश्वसनीयता व सत्यता पडताळण्याचा पहिला टप्पा मानला जातो. बाह्यरंग परीक्षणाला जरी अंतरंग परीक्षणापेक्षा कमी महत्त्व असले तरी प्रथमदर्शी साधनांची अस्सलता तपासण्यास महत्त्वपूर्ण ठरते. बाह्यरंग परीक्षणालाच Heuristics असे म्हटले जाते. ज्याचा अर्थ शोधून काढणे, असा आहे. बाह्यरंग परीक्षणाद्वारे संकलित साधनांचा निर्माता, कालखंड, ठिकाण, अस्सलता, लिखाणातील सातत्यता इत्यादी बाबींचे परीक्षण केले जाते. बाह्यरंग परीक्षण कसे केले जाते याचा आढावा पुढील मुद्द्यांच्या आधारे घेऊ या.

१) **प्रश्नार्थक दृष्टी :** संशोधक ज्यावेळेस साधनांचे संकलन करतो त्यावेळेस त्याची दृष्टी ही प्रश्नार्थक दृष्टिकोनातून तो त्या साधनांचे परीक्षण करेल त्यावेळेसच त्या साधनांसंबंधी असणारी सर्व माहिती मिळण्यास मदत होईल. प्रश्नार्थक दृष्टिकोनातून बाह्यरंग परीक्षणाला सुरुवात होते. संकलित केलेल्या साधनाला संशोधक वेगवेगळे प्रश्न विचारून त्या साधनांची सत्यता तपासण्याचा प्रयत्न करीत असतो. साधरणतः ऐतिहासिक संशोधकाची प्रक्रिया ही नकारात्मक स्वरूपाची असून याचकारणाने त्याचप्रकारचे प्रश्न निर्माण होऊन त्या साधनाचे बाह्यरंग परीक्षण केले जाते.

उदा.

१. संकलित साधन विषयासंबंधित आहे का?

२. ज्या प्रसंगाचे संशोधन सुरू आहे तो प्रसंग या साधनामध्ये आहे का? अशा प्रकारचे प्रश्न संशोधक संकलित साधनांना विचारून त्या साधनांचे बाह्यरंग परीक्षण केले जाते.

२) **उद्देशपूरक अथवा जाणूनबुजून केलेल्या चुका :** संकलित साधनांमधील काही साधनांचा मूळ लेखक हा एखाद्या प्रसंगाचे वर्णन करत असताना जाणीवपूर्वक चुका करत असतो. त्यामुळे संशोधन करणाऱ्याने त्या चुका शोधून काढणे व त्या चुकांची दुरुस्ती करून त्या व्यवस्थित करण्याचा प्रयत्न करणे अगत्याचे ठरते. हे काम कठीण आहे कारण त्याकरिता संशोधकाला तत्कालीन भाषेचे, परिस्थितीचे ज्ञान अत्यावश्यक असते. त्याचबरोबर तत्कालीन हस्ताक्षर शैली, शब्दप्रयोग, वाक्प्रचार इत्यादींचे ज्ञान आवश्यक असते. कारण त्याकाळात वापरलेले शब्दप्रयोग, म्हणी, वाक्प्रचार यांचे अर्थ संदर्भानुसार बदलत असतात. त्यामुळे त्या अर्थांबद्दल घोळ होण्याची शक्यता असते. शब्दांमध्ये जरी सारखेपणा असला तरी त्यांचा आशय व अर्थ वेगळा असण्याची शक्यता नाकारता येत नाही. त्याचबरोबर काहीवेळा मूळ भाषांतरावेळी, शब्दांच्या पुनर्प्रगटीकरणाने तो शब्दच गाळून टाकला जातो. या कारणांमुळे या साधनांचे बाह्यरंग परीक्षण करणे गरजेचे ठरते. त्यामुळे जाणीवपूर्वक अथवा उद्देशहेतू ठेवून केलेल्या चुका ध्यानात येतात. मूळ माहितीची सत्य प्रत तपासली जाऊ शकते.

३) **एकाच ग्रंथाच्या विविध प्रतींमुळे होणारा घोळ :** काही वेळा एखाद्या ग्रंथाच्या विविध प्रति उपलब्ध होतात. या प्रतींच्या स्वरूपामध्ये अंतर असते. परंतु त्यांची मूळ प्रत गहाळ झाल्याकारणाने या सर्व प्रतींमधून मूळ प्रत शोधणे जीकिरीचे काम असते. ते काम वर्ज्यन्य निष्कासन पद्धतीद्वारे केले जाऊ शकते. या पद्धतीमध्ये एकाच प्रकारची चूक सर्व प्रतींमध्ये शोधून त्या चुकांचा गट केला जातो. एकाच प्रकारची चूक असणाऱ्या प्रतींची हस्ताक्षर शास्त्रांच्या साहाय्याने पडताळणी केली जाते. ज्यामध्ये प्रामुख्याने लेखकाची लेखनशैली, कागदाचा प्रकार, संक्षिप्त रूपे इत्यादींचा विचार करून त्या कागदपत्रांची तपासणी केली जाते. यामधून मूळ कागदपत्रांचा शोध घेणे सोपे जाते. उदा. '९१ कलमी बखर' या बखरीची मूळ प्रत गहाळ असल्याकारणाने वर्ज्यन्य निष्कासन या सिद्धांताप्रमाणे याचे बाह्यरंग परीक्षण केले जाते व मूळ बखर कोणती याचा शोध घेतला जातो.

४) **मूळ लेखकाच्या लिखाणातील सातत्य :** वर्ज्यन्य निष्कासनाद्वारे मूळ प्रत

शोधल्यानंतर महत्त्वाचा टप्पा येतो तो म्हणजे मूळ लेखकाने स्वत:च्या लिखाणात सातत्य किती प्रमाणात ठेवले आहे याचे परीक्षण करणे. यामुळे ती कागदपत्रे त्याच कालखंडातील आहेत का याची शहानिशा केली जाते. काही प्रसंगांचा कालक्रम मांडत असताना तोच प्रसंग इतर साधनांद्वारे तपासला जातो. यासाठी लेखकाच्या लिखाणातील सातत्य परीक्षण करणे आवश्यक ठरते.

५) **मूळ लेखकाचा शोध घेणे :** कागदपत्रे लिहीत असताना काही वेळा मूळ लेखक स्वत:चे नाव लिहीत असतो, तर काही वेळा त्याचे नाव त्याने लिहिलेले नसते. त्यावेळी या लेखकाच्या इतर लेखन साहित्याचा आधार घेऊन लेखक कोण आहे, याची शहानिशा करता येते व त्या कागदपत्रांचा मूळ लेखक निश्चित करता येतो. परंतु, काही वेळा एखादा लेखक प्रसिद्ध व्यक्तीच्या नावे लेखन करत असेल तर त्या लेखकाला 'छायालेखक' म्हटले जाते. कागदपत्रांचा गहन अभ्यास यामधील घोळ बाजूला सारून खरा लेखक शोधून काढू शकतो. प्रा. हॉकीट यांनी मूळ लेखक शोधण्यासाठी काही महत्त्वपूर्ण ठोकताळे सांगितले आहेत. ज्यामध्ये पुराव्याला अनुसरून घटनांची नोंद, साहाय्यकारी माहितीचे लेखन करताना आधार घेणे, कागदपत्रांचा एकूण लय, छायालेखकाचा शोध इत्यादींच्या आधारे मूळ लेखकाची सत्यता तपासणे बाह्यरंग परीक्षणाद्वारे शक्य होते.

६) **साहाय्यकारी शास्त्रांचे सहकार्य घेणे :** बाह्यरंग परीक्षणामध्ये कागदपत्रांची सत्यता तपासताना संशोधकाला कायम साहाय्यकारी शास्त्राचे सहकार्य घेणे आवश्यक ठरते. ज्यामध्ये हस्ताक्षर शास्त्र, भाषाशास्त्र, कालक्रम इत्यादी शास्त्रांचा आधार घेऊनच लेखकाने लिहिलेल्या कागदपत्रांचे सत्यरूप समजण्यासाठी या शास्त्राची मदत बाह्यरंग परीक्षणामध्ये संशोधकाला घेणे गरजेचे ठरते.

७) **शब्दांचे नेमके अर्थ मांडणे :** खऱ्या अर्थाने बाह्यरंग परीक्षणातील ही शेवटची पायरी असून यामध्ये कागदपत्रांतील शब्दांचे नेमके व बिनचूक अर्थ मांडले जातात. त्या कालखंडातील वाक्प्रचार, शब्दप्रयोग, म्हणी यांचा अर्थ मांडला जातो. त्याचप्रमाणे वापरात असलेले शब्द वाच्यार्थ आहेत की लक्षार्थ यांचाही अभ्यास संशोधकाला करावा लागतो. या परीक्षणाद्वारे आपण शब्दांचे नेमके अर्थ शोधण्यात यश मिळवतो.

ब) अंतरंग परीक्षण :

बाह्यरंग परीक्षणात कागदपत्रांच्या बाह्यअंगाचे परीक्षण केले जाते, तर अंतरंग

परीक्षणामध्ये कागदपत्रांच्या अंतर्गत बाबींचे परीक्षण केले जाते. अंतरंग परिक्षणाद्वारे लेखकाचा मानस पडताळला जातो. या परीक्षणाद्वारे कागदपत्रांतील शब्दांचा अर्थ लावला जातो. त्याच्याही पुढे जो अर्थ अभिप्रेत आहे तोही लावण्याचा प्रयास केला जातो. हे करीत असताना मूळ लेखकाच्यादृष्टीने जो अर्थ आहे त्याच्या विपरीत अर्थ लावला जाणार नाही याचीही दक्षता संशोधक घेत असतो. कारण काही वेळेस अतिउत्साहाच्या भरात संशोधक स्वत:चे विचार त्या कागदपत्रांत घुसडण्याची शक्यता असते. त्यावेळेस मूळ प्रसंगाला विकृत अथवा उदात्तीकरण होण्याचा धोका असतो. म्हणून मूळ लेखकाचे व्यक्तिमत्त्व त्यात उमटलेले असेल ते समजून घेऊन परीक्षण करणे गरजेचे असते.

के.एन. चिटणीसांच्या मतानुसार 'बाह्यरंग परीक्षणाचा हेतू जर स्थल-काल व इतर बाह्यरंग ठरवतो असाच आहे, तर अंतरंग परीक्षणाचा हेतू कागदपत्रांच्या अंतरंगात शिरणे, त्याचे विश्लेषण करणे व त्यातील सत्य घटना जगापुढे आणणे होय.'

साधारणत: अंतरंग परीक्षणाद्वारे मूळ लेखकाचा मानस, मानसिकता याची पडताळणी तटस्थपणे करणे व त्याआधारे कागदपत्रांची विश्वसनीयता स्पष्ट करणे अंतरंग परीक्षणाचा मूळ उद्देश असतो.

अंतरंग परीक्षणाचे दोन प्रकार : कागदपत्रांचे अंतरंग परीक्षण करत असताना मुख्यतः दोन प्रकार केले जातात.

१) वास्तववादी टीका

२) नकारात्मक टीका

१) वास्तववादी टीका

वास्तववादी टीकेमध्ये लौकिक अथवा खरा अर्थ यालाच महत्त्वपूर्ण मानले जाते. वास्तववादी टीकेला अंतरंग परीक्षणाचा आत्मा मानला जातो. वास्तववादी टीकेला अंतरंग परीक्षणाचा आत्मा मूळ लेखकाची भूमिका समजून घेऊन त्याचा दृष्टिकोन तपासला जातो. त्यासाठी संशोधकाला लौकिक व खरा अर्थ तपासणे अगत्याचे ठरते.

१. लौकिक व खरा अर्थ :

लौकिक अर्थ व खरा अर्थ यांच्यामधला फरक समजून घेण्यासाठी अंतरंग परीक्षण करणे गरजेचे आहे. परंतु, याचे परीक्षण करण्यासाठी संशोधकाला कागदपत्रांच्या भाषेचे ज्ञान असणे गरजेचे आहे. कारण भाषेचे ज्ञानच संशोधकाला मूळ लेखकाचा ती कागदपत्रे लिहिण्यापाठीमागचा उद्देश समजावून देऊ शकतो. काही वेळा बोली

भाषा व लेखकाची भाषा यांच्यामध्ये अंतर असते. जर संशोधकाला त्या कागदपत्रांतील शब्दप्रयोगांचे त्याला ज्ञान नसेल, तर खरा अर्थ लावणे शक्य होणार नाही. यासाठी त्या कागदपत्रांतील भाषेचे ज्ञान असणे अगत्याचे ठरते. काही वेळेस तो भाषाशास्त्राचीसुद्धा मदत घेऊ शकतो. मूळ लेखकाचे व्यक्तिमत्त्व समजण्यासाठी त्या कागदपत्रांव्यतिरिक्त त्याच्या अन्य कागदपत्रांचाही अभ्यास करणे गरजेचे ठरते. यामुळे कागदपत्रांतील आशयास योग्य अर्थ लावता येऊ शकतो.

एखाद्या वेळेस मूळ लेखकावर अन्य भाषांचाही प्रभाव असण्याची शक्यता असते. त्यावेळी संशोधकाने त्या भाषांचे ज्ञानसुद्धा थोड्याफार प्रमाणात घेणे गरजेचे असते. त्यामुळे मूळ लेखकाने अन्य भाषेतील केलेल्या शब्दप्रयोगाचे अर्थ लावणे सोईस्कर होते. भाषेची अनेक वैशिष्ट्ये आहेत. संशोधकाने भाषेची काही वैशिष्ट्येही लक्षात ठेवली पाहिजेत.

१) भाषा ही नेहमी उत्क्रांत होत असते. यामुळे उत्क्रांतीवेळचे शब्द, शब्दप्रयोग, वाक्यांची रचना ध्यानात घ्यावी.
२) प्रत्येक लेखकाची स्वत:ची एक भाषाशैली असते. त्याचे सूक्ष्म अध्ययन करणे गरजेचे आहे.
३) भाषा ही प्रवाही असून ती नेहमी बदलत असते.
४) लेखकाच्या भाषेमध्ये काळानुसार परिवर्तन होत असते. त्याअनुषंगाने त्यांचा अर्थ लावणे.
५) प्रत्येक सामाजिक वर्गाची भाषा वेगवेगळी असते. त्याचबरोबर शहरामधल्या व ग्रामीण भागातील लोकांच्या भाषेमध्ये फरक असतो.

भाषेमधील लौकिक व खरा अर्थ शोधून मूळ कागदपत्रांतील विश्वसनीय माहिती शोधण्यास खूप कालावधी लागत असला तरी संशोधकाच्या अथक परिश्रमाने विश्वसनीय माहिती प्रकाशात येऊ शकते. एखाद्या विशिष्ट घटनेचा, प्रसंगाचा अर्थ लावताना जी टीका केली जाते त्याच टीकेला 'अन्वयार्थिक टीका' असे म्हटले जाते.

२) नकारात्मक टीका :

नकारात्मक टीका ही अंतरंग परीक्षणातील शेवटची पायरी होय. नकारात्मक टिकेलाच उच्च प्रकारची टीका म्हटले जाते. नकारात्मक टीका ही फक्त एखाद्या घटनेतील प्रसंगाची विश्वासार्हता सिद्ध करत असतेच असे नाही, तर शक्य तेवढ्या ठिकाणी संशय व्यक्त करते. नकारात्मक टीकेचा उद्देश स्पष्ट करतान हॉकेट म्हणतात की, 'जोपर्यंत एखाद्या विधानासाठी भक्कम पुरावा मिळत नाही तोपर्यंत त्या विधानातील आशयाबाबत शंका घ्यावी.' नकारात्मक टीका करताना खालील गोष्टी महत्त्वाच्या आहेत.

१) **लेखकाची पात्रता :** नकारात्मक टीकेमध्ये प्रथम मूळ लेखकाची पात्रता कोणती होती याची तपासणी केली जाते. त्याचबरोबर ही कागदपत्रे लिहिण्याचा लेखकाचा हेतू, कालखंड इत्यादी गोष्टी संशोधकाने समजून घेणे गरजेचे असते. त्याचबरोबर कागदपत्रांत उल्लेख केलेल्या घटना घडत असताना तो उपस्थित होता का? किंवा त्याने त्या ऐकीव माहितीच्या आधारे रेखाटल्या आहेत? त्याचबरोबर मूळ लेखकाचा दर्जा काय होता? या प्रश्नांच्या अनुषंगाने त्या व्यक्तीची पात्रता तपासली जाते. काहीवेळेस घटना घडत असताना त्याने पाहिलेली असते परंतु त्या घटनांचे, प्रसंगांचे निरीक्षण करण्याची योग्यता त्याच्यामध्ये असेलच असे सांगता येत नाही. त्या कारणाने संशोधकाने या प्रश्नोत्तराच्या अनुषंगाने माहितीच्या सत्याप्रत जाण्याचा प्रयत्न करावा.

२) **सत्य सांगण्याची इच्छा :** कागदपत्र लिहिणाऱ्या लेखकाचा स्वभाव समजून घेणे गरजेचे असते. त्याद्वारे त्या लेखकाच्या अंगी सत्य सांगण्याची योग्यता किती प्रमाणात आहे, हे तपासणे गरजेचे असते. एखाद्या प्रसंगात कित्येकवेळा वेळ, काळ, ठिकाण यांची स्पष्ट नोंद केलेली असते. परंतु, भौगोलिक परिस्थितीची नोंद चुकीची असण्याची शक्यता असते. या कारणाने सर्व गोष्टी स्वतंत्रपणे तपासणे गरजेच असते. काहीवेळा एखादा पुरावा स्वतः निरीक्षण केलेला आहे म्हणून मांडला जातो. परंतु, स्वतः निरीक्षण केलेला पुरावा दोषरहित असेल तर त्याचे निरीक्षण चांगल्याप्रकारे होऊ शकले नाही, तर जे नोंदिवले जाते ते सत्यच असेल असे नाही. त्यामध्ये विरोधाभास होण्यास वाव असतो. त्यामुळेच त्या कागदपत्रांची लेखकाची सत्य सांगण्याची इच्छा किती आहे, हे पाहणे अगत्याचे ठरते.

३) **निवेदनातील स्पष्टता व तंतोतंतपणा :** कागदपत्रांचा लेखक जर प्रामाणिक व उच्चप्रतीचा असेल तर त्याच्या निवेदनामध्ये स्पष्टता व तंतोतंतपणा येतो. कारण हा लेखक प्रामाणिक असल्याने, दर्जेदार असल्याने मानवी मनाला स्पर्श करणारा पक्षपाती भाव त्याच्याठिकाणी जाणवत नाही. नोंद केलेल्या प्रसंगांशी त्याचा कोणताही संबंध नसतो. त्यामुळे त्या प्रसंगाबद्दल केलेली विधाने तटस्थ असू शकतात. याच कारणाने ती अधिक विश्वसनीय असतात. परंतु, एक काळजी संशोधकाने घेणे गरजेचे आहे की, एखादा कुशल, खोटारडा व्यक्ती सत्य व असत्याचे मिश्रण करू शकतो. ते ओळखून निवेदनातील तंतोतंतपणा नोंदविणे महत्त्वपूर्ण आहे.

४) **अंतरंग परीक्षणातील अडथळे :** अंतरंग परीक्षणाद्वारेच कागदपत्रांत नोंद

केलेल्या घटनांची विश्वसनीयता व्यक्त होते. एखाद्या घटनेचे दोन वेगवेगळ्या घटना पाहणाऱ्या व्यक्तींनी त्या घटनेबद्दल लेखन केले असेल तर अंतरंग परीक्षणाद्वारे त्याचे निरीक्षण समान आले पाहिजे. यामधूनच घटनांची सामान्य विश्वसनीयता स्पष्ट होणे गरजेचे आहे. अंतरंग परीक्षण करीत असताना पुढीलप्रमाणे अडथळे येतात.

१. कागदपत्रांचा लेखक दरबारी इतिहासकार असेल तर दडपणामुळे सत्य सांगण्यास धजत नाही.
२. काहीवेळा सरकारी अधिकारी अवास्तव माहिती लिहितात.
३. कागदपत्रांचा लेखक एखाद्या विचारसरणीचा हितचिंतक असेल तर त्यावेळेस तो त्या विचारसरणीला अनुसरूनच माहिती देतो.
५. मानवी स्वभावाप्रमाणे लेखकाच्या व्यक्तिमत्त्वाचा व पूर्वग्रहदूषितपणाचा प्रभाव त्याच्या लेखनावरती होतो.
६. काहीवेळेस आकसाने एखादा लेखक एखाद्या घटनेबद्दल चुकीची माहिती लिहितो.

सारांशत: अशाप्रकारच्या अनेक कारणांमुळे अंतरंग परीक्षण करीत असताना अडथळे येतात. परंतु, यावर संशोधकाने मात करून अंतिम सत्य जरी सांगता नाही आले तरी त्याने सत्य शोधण्याचा प्रयत्न करावा. याकरिता अंतरंग व बाह्यरंग परीक्षणाचे ज्ञान आत्मसात करून सत्याच्या जास्तीतजास्त जवळ जाऊन मूळ इतिहास नोंदवावा.

क) अन्वयार्थ, तळटिपा :

साधनांचे अंतरंग व बाह्यरंग परीक्षण केल्यानंतर संशोधकाच्यादृष्टीने विश्वसनीयता सिद्ध होत असते. त्यानंतर त्या साधनांमधील घटनांचे समन्वयाच्या स्वरूपात त्यातीलच घटनांचे विविध गट करून सामाजिक, सांस्कृतिक, राजकीय, आर्थिक इत्यादी अंगाने वर्गीकरण करणे गरजेचे ठरते. घटनांचे वर्गीकरण लावणे याचा अर्थ त्या घटनांचे विश्लेषणात्मक स्पष्टीकरण करणे होय.

कारण ऐतिहासिक घटना विविध टप्प्यांमधून जात असताना तिची सत्यता ही कागदपत्रांतील संस्कारातून विकास पावत असते. एकदा का त्या घटनेची सत्यता निश्चित केल्यानंतर तिचे विश्लेषणात्मक स्पष्टीकरण केले जाते. घटना मूक असतात. त्यांना बोलके करण्याचे काम संशोधकाचे असते. इ.एच.कार या विद्वानाच्या मतानुसार, 'साधनांमध्ये इतिहासकाराला जीव व प्राण आणावा लागतो. त्याद्वारे तो त्या साधनांमध्ये भूतकाळ स्पष्टपणे पाहू शकतो'. कॉलिंगवूडच्या मतानुसार साधनांच्या आधारे इतिहासकार भूतकाळ पुन्हा घडवितो. त्याचबरोबर त्यामध्ये प्रवेश करून तो कसा–

कसा घडत गेला याचा जिवंत ब्योरा उभा करतो. संशोधक हा विविध साधनांमधील एकाच घटनेचा आशय अभ्यासून त्याचा एकमेकांशी संबंध लावतो. त्याचबरोबर त्याच्या कारणांचा, परिणामांचा आढावा घेतो. साधनांचा अन्वयार्थ लावणे म्हणजेच इतिहास होय. असे जरी असले तरी फक्त साधने म्हणजेच इतिहास नसून त्याचा अन्वयार्थ हाच इतिहास असतो.

घटनांचे विश्लेषण, कार्यकारण भाव, प्रसंगानुरूप वर्णन यामधूनच इतिहासाला आकार प्राप्त होत असतो. फक्त घटनांचे प्रसंगानुरूप वर्णन करणे म्हणजेच अन्वयार्थ होय. इ.एच.कार यांच्या मतानुसार, 'अन्वयार्थ हा इतिहासाचा खास आहे. इतिहास म्हणजे दुसरेतिसरे काही नसून अन्वयार्थ आहे', असे मानतात.

अन्वयार्थ लावत असताना तर्काला महत्त्वपूर्ण स्थान असते. कारण संशोधकाच्या ऐतिहासिक तत्त्वज्ञानाचा प्रभाव त्याने केलेल्या अन्वयार्थावर होत असतो. प्रसंगाचे वर्णन करताना विश्वसनीय पुराव्यांचा आधार घेतला पाहिजे. त्याचबरोबर त्या प्रसंगातील घटनांमध्ये योग्य तो समन्वय साधता आला पाहिजे. अशाच तर्कावर आधारित लेखनास 'इतिहास लेखनाची प्रक्रिया' म्हटले जाते.

इतिहास हा गतिमान असून नवनवीन साधने, पुरावे सापडत असतात. त्याचप्रमाणे जुन्या पुराव्यांना, साधनांना नवीन अर्थ लावला जातो. प्रत्येक काळातील पिढीस स्वत:चा एक नवीन इतिहास लिहावासा वाटत असल्याने पुरावे जरी बदलले नसले तरी त्या पुराव्यांकडे पाहण्याचा दृष्टिकोन बदलत असतो. याच कारणाने इतिहासाचे पुनर्लेखन करणे गरजेचे ठरते. कारण तो वर्तमान पिढीच्या आशा, आकांक्षा, ध्येये यांना पूर्ण करणारा असणे आवश्यक असते. गतकाळातील घटनांचा आढावा वर्तमानकाळात घेतला जात असल्याने त्यावर त्या व्यक्तिमत्त्वाचा प्रभाव पडत असतो. त्यामुळे 'क्रोसे'सारखा विद्वान म्हणतो, 'सर्व इतिहास हा वर्तमानकालीन असतो'. साधारणतः 'सर्व इतिहास' हा वर्तमानकाळाला अनुसरून भूतकाळाशी संवाद साधत असतो.

अन्वयार्थ लावण्याच्या तार्किक पद्धती :

१) **सामान्यीकरण :** सामान्यीकरण हा इतिहासलेखनाचा आत्मा असून घडलेली घटना कधी स्वतः कोणता अर्थ सांगत नसते. त्यापाठीमागे असणाऱ्या कारणांचा व परिणामांचा क्रम सुव्यवस्थित लावल्यास त्यामधून कोणतातरी अर्थ निघू शकतो. साधारणतः सामान्यीकरण करणे म्हणजेच एखाद्या विशिष्ट मुद्यावरून त्या मुद्याविषयी सर्वसामान्य अनुमान काढणे होय. सामान्यीकरण करत असताना उतावळेपणाने न करणे फायद्याचे ठरते. त्याचबरोबर स्वत:च्या संशोधनाच्यादृष्टीने

निष्कर्ष काढल्यास तो टिकाऊ असत नाही. म्हणून सध्याच्या उदाहरणांचा आधार घेऊन भूतकालिन घटनांचे अनुमान काढणे चुकीचे आहे. उदाहरणार्थ, शिवरायांनी सर्व धर्मांतील, जातीतील लोकांना त्यांच्या गुणांवरून त्यांना सैन्यात, प्रशासनात महत्त्वपूर्ण स्थान दिले. यावरून अनुमान सामान्यीकरण करून काढता येऊ शकते की, 'शिवाजी महाराज हे जातीधर्मापेक्षा गुणकर्माला मानणारे राजा होते'.

२) **प्राप्त आकडेवारीवरून केलेली विधाने :** जर ऐतिहासिक घटनेला कागदपत्रांमध्ये प्राप्त असलेल्या आकडेवारीचा आधार दिला तर काढला जाणारा निकर्ष उत्तम प्रतीचा होतो. आकडेवारीचा पुरावा दिल्याने संशोधकाचा तटस्थपणा दिसून येतो. त्याचबरोबर वस्तुनिष्ठतेचा गुणही अन्वयार्थ पद्धतीमध्ये दिसून येतो.

उदाहरणार्थ– दादाभाई नौरोजींनी 'आर्थिक निस्सारण सिद्धांत' मांडला. त्यासाठी त्यांनी विविध आकडेवारी दिली आहे. त्याचबरोबर मोगलकाळातील आर्थिक परिस्थितीचा आढावा घेताना डॉ. गिरीश मौसवी यांनी आकडेवारी देऊन निष्कर्ष तयार केले. साधारणतः आकडेवारीचा आधार घेताना ती तपासणे गरजेचे असते. त्याचबरोबर त्याचे अन्वयार्थही काळजीपूर्वक तपासूनच मांडले पाहिजेत. यासाठी संख्याशास्त्र व गणित या साहाय्यकारी शास्त्रांचे ज्ञान उपयुक्त ठरते.

३) **सामान्युमान :** सामान्युमान शब्दाद्वारे कोणत्या पद्धतीने अन्वयार्थ लागेल त्या तंत्राची स्पष्टता येते. गतकाळातील घटनांचा अन्वयार्थ लावताना दोन घटनांमधील साधर्म्यता शोधण्याचा प्रयत्न केला जातो. कोणत्याही दोन घटनांमधील, प्रसंगामध्ये, व्यक्तीमध्ये साधर्म्य असेल तेव्हाच विधान करणे सोयीचे ठरत असते. कारण यामधूनच गतकाळाचा बोध होण्यास मदत होत असते. त्यामुळे संशोधकाने केवळ घटनांचा उल्लेख न करता वेगवेगळ्या ठिकाणी घडून गेलेल्या साम्य घटनांचा आधार देणे क्रमप्राप्त ठरते. यामुळे वाचकांच्या ज्ञानात व घटनेच्या महत्त्वात वाढ होत असते. तुलना करीत असताना मात्र उदाहरणे समर्पक असणे गरजेचे आहे. इतिहासात पुनरावृत्ती होत नाही. त्यामुळे दोन समान उदाहरणे दुर्मीळ असतात ही गोष्ट गृहीत धरूनच तुलना करावी. तुलनेचा उद्देश्य आपला मुद्दा स्पष्ट करणे एवढाच असावा.

उदाहरणार्थ : समुद्रगुप्ताची तुलना नेपोलियनशी, भारतामधील दलितमुक्ती चळवळीशी अमेरिकेमधील निग्रो चळवळीशी, शिवरायांची तुलना ज्युलियस

सिझरशी इत्यादी अनेक संशोधकांनी या दोन व्यक्तींमध्ये, घटनांमध्ये तुलना केली आहे. ज्यामुळे त्या गोष्टी समजून घेण्यास व आकलन होण्यास साहाय्यकारी ठरलेली आहे. परंतु, एक गोष्ट ध्यानात घेतली पाहिजे की, स्वतःचा मुद्दा स्पष्ट करण्यासाठी या पद्धतीचा सतत अवलंब करण्याचा मोह हा घातक असतो.

४) **सिद्धांत कल्पना :** डॉ.के.एन.चिटणीस यांनी दोन प्रकारच्या सिद्धांत कल्पना सांगितल्या आहेत.

१. स्पष्टीकरणात्मक

२. वर्णनात्मक

या दोन्हीही प्रकाराच्या सिद्धांत कल्पना संशोधकाने जी कल्पना मनामध्ये तयार केलेली असते ती कागदपत्रांनुसार बदलू शकतो. सुरुवातीला जी सिद्धांत कल्पना असते ती नंतरच्या कालावधीत योग्य कागदपत्रे उपलब्ध झाल्यानंतर राहीलच असे नाही. काहीवेळा संशोधक स्वतःच्या विचारसरणीला पटेल अशीच सिद्धांत कल्पना मांडू शकतो. परंतु, त्याच्या सिद्धांत कल्पनेविरुद्ध कागदपत्रे उपलब्ध झाली तर त्याप्रमाणेच त्याचा अन्वयार्थ संशोधकाने लावणे आवश्यक आहे. नाही तर ती त्याची संशोधन विषयाशी प्रतारणा होऊ शकते.

उदाहरणार्थ, ग्रँट डफने 'मराठ्यांचे राज्य म्हणजे सह्याद्रीच्या जंगलातील वणवा' असा सिद्धांत मांडला. परंतु, न्या. रानडेंनी मराठ्यांचे राज्य हे ध्येयवादी तत्त्वांवर आधारित होते हे विविध उदाहरणे, परिस्थिती, वारसा, संतांचे कार्य इत्यादींचा दाखला देऊन प्रतिसिद्धांताद्वारे प्रतिपादित केला. अशा प्रकारे नवनवीन साधनांच्या आधारे पूर्वग्रहदूषितपणे मांडलेल्या सिद्धांताला नवीन पुराव्याचा आधार देऊन काही चुकीच्या गोष्टी संशोधकांनी इतिहासामध्ये आधुनिक काळात दूर केलेल्या आहेत.

अन्वयार्थ लावताना ज्या तार्किक पद्धतींचा अवलंब केला जातो यामध्ये वरील मुद्द्यांप्रमाणेच तटस्थपणे केलेले विधान, परिस्थितीजन्य काढलेला निष्कर्ष आदींना महत्त्वपूर्ण स्थान असून खऱ्याअर्थाने 'अन्वयार्थ' हा इतिहासाचा आत्मा आहे. जसे साधनांशिवाय इतिहास लिहिला जाऊ शकत नाही तसेच इतिहासातील घटनांचा अन्वयार्थ लावल्याखेरीज इतिहासाला परिपूर्णता येत नाही. इतिहासात अन्वयार्थाला महत्त्वपूर्ण स्थान आहे.

तळटिपा (Foot Note)

इतिहास लेखन प्रक्रिया ही एक महत्त्वपूर्ण पद्धती आहे. इतिहासाचे लेखन करीत असताना संशोधकाला उपलब्ध साधने अगदी योग्य पद्धतीने हाताळावी लागतात. ही साधने म्हणजेच तळटिपा, सूची, संदर्भग्रंथ यादी होय; अशा साधनांचा केव्हा,

कोठे व कसा वापर करावयाचा याविषयीचे योग्य ज्ञान संशोधकाला असणे अत्यंत महत्त्वाचे आहे. या साधनांचा वापर करण्याविषयीचे ज्ञान संशोधकाला असणे गरजेचे आहे. अशी साधने वापरून केलेले लेखन अधिक शास्त्रशुद्ध असल्याचे दिसते. या साधनांमुळे संशोधनाचा दर्जा अधिक चांगला आणि विश्वसनीय बनतो.

तळटिपा :

तळटिपा म्हणजे इतिहासलेखन कलेमधील एक वैशिष्ट्यपूर्ण तंत्र आहे. अनेक वेळा लेखकाला जे काही आपले मत मांडावयाचे असते त्याचा प्रत्यक्ष अर्थ तळटिपांमध्ये दिलेला असतो लेखकाला आपण केलेल्या निवेदनाला बळ येण्यासाठी अशा साधनांचा उपयोग करावा लागतो. अशा प्रकारच्या टिपांमुळे प्रत्यक्ष लिखाणामध्ये तंतोतंतपणा वाढतो.

तळटिपांचे उद्देश :

तळटिपा देण्याचे उद्देश प्रो. हॉकेट यांनी पुढीलप्रमाणे दिले आहेत.

१) त्याच्या लिखाणाला जबाबदार व्यक्तींचा पाठिंबा देणे.
२) आपल्या लिखाणाचा ओघ थांबू नये, वाचकाचे मन द्विधा होऊ नये तसेच त्याचा वाचनातील उत्साह कमी होऊ नये अशासाठी तळटिपा देतात.
३) त्याच विषयावर जादा माहिती वाचकाला देण्यासाठी तळटिपा देतात.
४) एखादे वेळेस आपल्या लिखाणाचे विरोधात काय लिहिले हे वाचकाला समजावे.
५) यापैकी दोन किंवा जादा हेतूने तळटिपा दिल्या जातात.

तळटिपांचे प्रकार :

अनेक पुस्तकांमध्ये आपल्याला तळटिपा दिलेल्या आढळतात. त्याचे प्रामुख्याने दोन प्रकार पडतात.

१) लेखकाला जे काही म्हणावयाचे असेल त्याचे समर्थनासाठी जादा माहिती तळटिपेमध्ये दिली जाते. अशा मार्गाने निवेदनाचा ओघही खंडित होत नाही व त्याचप्रमाणे त्याला जर असे वाटले की आपली वर्णने विनाकारण लांबत आहेत तर तळटिपेचा संदर्भ देऊन विस्तार कमी करण्याचा प्रयत्न केला जातो.
२) दुसऱ्या प्रकारचे तळटिपेमध्ये प्रामुख्याने लेखक आपल्याला विधानाच्या पुष्टीसाठी संदर्भ साधनांचा ठावठिकाणा सांगत असतो. अशा टिपा म्हणजे लेखकाचे साक्षीदारच असतात.

तळटिपांचा उपयोग :

सामान्यपणे तळटिपा देण्यासंबंधित निश्चित स्वरूपाचे असे काही नियम नसतात. परंतु, साधारणत: 'मॉडर्न लँग्वेज असोसिएशन व शिकागो युनिव्हर्सिटी मॅन्युअल' यांनी ज्या पद्धतीचा स्वीकार केला आहे, त्याला अनुसरूनच टिपा देण्याची पद्धत आहे. ज्यावेळी प्रत्यक्षपणे अवतरण दिलेले असेल तेव्हा त्याच्या समर्थनासाठी अशी टीप देण्याची पद्धत आहे. त्याचप्रमाणे एखाद्यावेळी आपले मत मांडावयाचे असेल तरीसुद्धा टीप दिली जाते.

तळटिपा कोठे द्याव्यात :

तळटिपा देत असताना कशा पद्धतीने द्याव्यात यासंबंधात काही नियम आहेत.

उदाहरणार्थ –

१) छापील रेषेवरतीच निदर्शनाचा आकडा द्यावा.
२) आकडे समासाच्या उजवीकडे दिले जावेत.
३) टिपेसाठी दिलेला आकडा आणि शब्द यामध्ये अंतर असल्याचे कारण नाही.
४) काही वेळेस कंसामध्ये आकडे देण्यासाठी हरकत नाही.
५) संपूर्ण पुस्तकामध्ये अथवा कमीतकमी एका प्रकरणात निदर्शक आकड्यांमध्ये सातत्य असावे.
६) प्रामुख्याने तळटिपेचा आकडा निवेदनानंतर देण्यात यावा. सुरुवातीला देऊ नये. शीर्षकाला केव्हाच तळटिपा देऊ नये.

तळटिपांचे फायदे :

वरीलपैकी सहाव्या क्रमांकामध्ये प्रत्येक पानाच्या अथवा प्रकरणाच्या अंती टिपा द्याव्यात असे संबोधिले जाते– त्याचे प्रामुख्याने दोन फायदे आढळतात.

१) प्रत्येक पानावर तळटीप दिल्यामुळे वाचकाला संदर्भ सहजपणे समजतो.
२) प्रत्येक प्रकरणाच्या शेवटी तळटिपा दिल्यामुळे सर्वसामान्य वाचकाला काहीच त्रास होत नाही. त्याचे वाचन सलगपणे होऊ शकते.

तळटिपा कशा द्याव्यात :

तळटिपा कोणत्या पद्धतीने द्याव्यात या संबंधात पुढील पद्धत अस्तित्वात आहे.

१) सुरुवातीला लेखकाचे नाव, नंतर ग्रंथाचे नाव, प्रकाशनाचे ठिकाण, प्रकाशनाचे वर्ष आणि शेवटी पानाचा क्रमांक देण्यात यावा.

२) तळटीपेमध्ये प्रामुख्याने खंडाचा क्रमांक देण्यात यावा. विशेषत: खंडाचा हा क्रमांक रोमन क्रमांक अरेबिक अंकामध्ये दिला पाहिजे. जेव्हा एखाद्या संपूर्ण प्रकरणाचाच संदर्भ दिला जातो. त्यावेळेला तळटिपेमध्ये रोमन अथवा अरेबिक आकड्यांमध्ये मोठ्या टाईपमध्ये संदर्भ दिला जातो.

३) संदर्भग्रंथाच्या संदर्भात त्या पद्धतीने लेखकाने आडनाव पहिल्यांदा व नंतर आद्याक्षरे देतात त्याप्रमाणे तळटिपेमध्ये द्यावयाचे नसते. तळटीपेमध्ये सुरुवातीला आद्याक्षरे व नंतर आडनाव द्यावे. उदा. रियासतकार गो. स. सरदेसाई संदर्भ ग्रंथाचे यादीत हेच नाव - रियासतकार गो. स. सरदेसाई असे दिले जाईल.

४) जर संदर्भ साधनांची विस्तारित माहिती दिली असेल तर पुन्हा त्या संदर्भातील उल्लेख करण्याचे कारण नाही. पाहिजे तर पुन्हा दुसरा अकडा टाकून त्याचेसमोर Ibid असे लिहावे.

उदाहरणार्थ-

१) Louis Gottschalk Understanding History - P - 200

२) Ibid P - 210

३) Ibid हा शब्द लॅटिन संज्ञा Ibidem म्हणजे The same या पद्धतीने घेतला आहे.

४) Ibid या संज्ञेचा वापर ज्यावेळी संदर्भ दिला असेल तर वापरावा. एकत्र संदर्भ दिल्यानंतर ३/४ पानांवर Ibid म्हणू नये.

५) ज्या पद्धतीने Ibid या संज्ञेचा वापर केला जातो. त्याचप्रमाणे Op. cit या लॅटिन संज्ञेचा वापर केला जातो. Opera Citato म्हणजेच वर सांगितलेल्या साधनांमध्ये असा त्याचा अर्थ समजला जातो. साधारणपणे op.cit या संदर्भामुळे संपूर्ण संदर्भ दिल्याने जे कार्य होते ते पूर्ण पार पाडले जाते.

६) ज्यावेळेला समजा जर कोणी Ibid असा उल्लेख केलेला असेल व त्यामध्येच जर पुन्हा एखादा संदर्भ येत असेल तर op.cit ऐवजी loc.cit या लॅटिन संज्ञेचा वापर केला जावा. Loco citatao या संज्ञेचा अर्थ In the place cited असा आहे.

७) जर एखादेवेळी अस्सल संदर्भ साधनांचा आधार दिला असेल तर दुय्यम साधनांचा संदर्भ देण्याविषयीचे कारण नाही.

तळटिपांचा दुरुपयोग :

तळटिपांचे विहत्ताप्रचूर वाङ्मय निर्मितीमध्ये अतिशय महत्त्वपूर्ण कार्य आहे. अशावेळी वादविवाद होण्याविषयीचे कारणच नाही. तरीदेखील बऱ्याच वेळा

संशोधकांमध्ये त्या साधनांची सिद्धता पटलेली नाही. त्याचा संदर्भ देण्याची पद्धत आहे. अशा संदर्भामुळे काही वेळेला फायदा होण्याच्याऐवजी तोटाच होतो.

बऱ्याचवेळा तळटिपांमुळे सर्वसामान्य वाचकाला फारसा फायदा होत नाही. उलट, त्याच्यामुळे वाचकांच्या मनामध्ये द्विधावस्था निर्माण होते.

साधारणपणे हस्तलिखित तयार झाल्यानंतरच तळटिपा दिल्या जातात. तेव्हा वरील मजकूर आणि तळटिपा यांचा योग्य पद्धतीने अर्थ लावता येत नाही.

अर्थात, तळटिपा कोणत्या पद्धतीने वापरल्या जाव्यात हे ज्याच्या त्याच्याविषयी हाताळण्यावर अवलंबून असते.

सूची :

इतिहास लेखन तंत्रामध्ये विशेष करून सूचीला महत्त्व आहे. संशोधनाच्या पूर्णत्वासाठी सूची आवश्यक असते. सूची म्हणजेच आपण त्या विषयाच्या संदर्भात संशोधन केलेले आहे, त्याचा एक प्रकारचा आरसा होय. इतिहास संशोधन ऐतिहासिक संशोधनाच्या माध्यमातून केले जाते. ऐतिहासिक साधने अधिक प्रमाणात उपलब्ध असतात. त्याच्यामधून आपल्या विषयाला पाहिजे ती माहिती मिळणे अवघड असते. अशा वेळी सूचीचे महत्त्व लक्षात येते. सामान्यपणे सूची ग्रंथाच्या शेवटी देतात. सूची देण्याचे प्रकार पुढीलप्रमाणे–

१) **स्थलसूची :** इतिहास संशोधनामध्ये भूगोलाला महत्त्व आहे. राजधानीची ठिकाणे, लढावयाच्या जागा, दळणवळणाचे मार्ग, वस्तुनिर्मितीची ठिकाणे इत्यादी माहितीचा उपयोग संशोधक आपल्या सोयीप्रमाणे करून घेतो. वेगवेगळे नकाशे तो तयार करतो. अशा सूचीमध्ये वर्णनानुक्रमे पृष्ठसंख्या दिलेली असते. त्यावरून त्या ठिकाणची आपल्याला माहिती गोळा करावयाची असते ती एकत्र मिळते. त्यामुळे संशोधकाचे श्रम, पैसा व वेळ वाचतो.

२) **व्यक्तीसूची :** व्यक्तीसूची हा एक प्रकार होय. त्यानुसार व्यक्तीसंबंधी संबंधित ग्रंथांमध्ये कोणकोणत्या ठिकाणी उल्लेख आहे हे समजण्यास मदत होते. व्यक्तीच्या आडनावाच्या आद्याक्षरावरून वर्णानुक्रमानुसार सूची तयार केलेली असते. आणि त्याठिकाणी व्यक्तीच्या नावाचा उल्लेख कोणकोणत्या पानावर आला याची नोंद केलेली असते.

३) **ग्रंथसूची :** इतिहास संशोधकाला ग्रंथसूचीचा फार मोलाचा उपयोग होतो. संशोधनाला उपयुक्त पुस्तके कोणती? ती कोठे मिळतात? पूर्वी असा अभ्यास कोणी केला आहे काय? अशा प्रश्नांतून संशोधकाला आवश्यक अशी ग्रंथ

विषयांची नावे, लेखकांची माहिती मिळते. ग्रंथसूचीतून अनेक प्रश्नांची उत्तरे मिळू शकतात.

१) संशोधकाने निवडलेल्या विषयांसंदर्भात पूर्वी कोणी अभ्यास केला आहे का?

२) संबंधित विषयाला कोणती पुस्तके गरजेची आहेत?

३) ती पुस्तके, ग्रंथ कोठे उपलब्ध होतील?

४) असे ग्रंथ कोणत्या प्रकारे शोधावेत?

सूचीमुळे संशोधकाला त्याच्या संशोधन कार्यात मदत होते. ते एक तंत्र आहे. संशोधन सुस्पष्ट होण्यास त्याची मदत होते.

ड) संशोधन कार्याचे संघटन/आयोजन (Organizing Research Work) :

इंग्रजी भाषेतील Research या शब्दाचा मराठी अर्थ संशोधन हा आहे. 'संशोधन म्हणजे कोणत्याही ज्ञानशाखेत नवीन तत्त्वे अथवा तथ्ये शोधण्यासाठी आणि जुनी तत्त्वे यांचे पुन्हा पुन्हा परीक्षण करण्यासाठी केलेला चिकित्सक व पद्धतशीर अभ्यास होय.' प्रत्येक अध्ययन विषयात ज्या संकल्पना, सिद्धांत, निष्कर्ष स्वीकृत झालेले असतात त्यांचे पुन्हा पुन्हा प्रामाण्य तपासणे हे संबंधित विषयाच्या संशोधकाचे कार्य असते. संशोधकाने विश्वासार्हता तपासून पाहिली पाहिजे. काही वेळेस संशोधनामुळे मान्य झालेल्या तथ्यांच्या आधारावर प्रस्थापित ठरलेल्या सिद्धांतात काही बदल करण्याची आवश्यकता निर्माण झाली तर अशा सिद्धांताची नव्याने मांडणी करण्यासाठी संशोधनाची गरज पडते. थोडक्यात संशोधनाचे कार्य म्हणजे सतत सत्याचा शोध घेण्याची व्यवस्थित व संघटित प्रक्रिया आहे.

संशोधन कार्याचे संघटन करण्यासाठी खालील मुद्द्यांच्या आधारे संशोधकास पुढे जावे लागते.

१) आपला विषय प्रस्थापित करा :

i) आपणास आवडणारा, संबंधित विषयावर काम करताना आनंद वाटेल असा मनोरंजक विषय निवडा. असा विषय निवडा की त्यावर काम करताना वेळ घालवण्याचा आनंद मिळेल आणि ते ठाम वाटणार नाही.

ii) आपणास विषय शोधणे कठीण होऊ शकते. त्यामुळे आपणास काम करायचे याबद्दल वाचन आणि विचार करण्यासाठी स्वत:ला भरपूर वेळ द्या. एखाद्या विशिष्ट विषयाबद्दल असलेल्या प्रश्नांची उत्तरे देण्याचा प्रयत्न केल्यास आपणास विषयाची चांगली कल्पना येऊ शकते.

- आपणास कोणत्या विषयात रस आहे?
- एखाद्या विशिष्ट विषयाबद्दल आपणास सर्वांत जास्त काय आवडते?
- आपणास त्या विषयाबद्दल काही आश्चर्य वाटते किंवा त्या विषयाबद्दल गोंधळ आहे का?

एकदा आपल्याकडे एखादा विषय आला की तो विषय आटोपशीर केला पाहिजे. उदा. छत्रपती शिवराय यांच्याविषयी लिहावयाचे आहे तर हा विषय खूप मोठा विषय होतो. तेव्हा त्या विषयाच्या एखाद्या विशिष्ट गोष्टीवर लक्ष केंद्रीत केले पाहिजे.

२) **माहितीचे स्रोत शोधा :** आपल्या विषयावरील पुस्तके शोधत असताना एखादे पुस्तक उपयुक्त वाटले तर त्या पुस्तकाच्या मागील बाजूस असणारी ग्रंथसूची तपासली पाहिजे. त्या विषयावरील लेख, नियतकालिके, वर्तमानपत्रांच्या अनुक्रमणिका तपासल्या पाहिजेत. शक्य तितक्या विविध प्रकारच्या स्रोतांचा वापर केला पाहिजे. आपल्या माहितीसाठी फक्त एकाच स्रोतावर अवलंबून राहता कामा नये.

तुम्ही वापरत असलेल्या सर्व स्रोतांची यादी ठेवा. उपलब्ध होणाऱ्या स्रोतांचे लेखक, शीर्षक, प्रकाशक, प्रकाशनाचे स्थळ, तारीख समाविष्ट करा. ही तुमची प्राथमिक ग्रंथसूची आहे.

३) **स्रोत वाचा आणि नोट्स घ्या :** विविध स्रोतांमधील संबंधित कल्पना व्यवस्थितपणे एकत्र करा. यासाठी इंडेक्स कार्डचा वापर करा. इंडेक्स कार्डवर पृष्ठ क्रमांक, व्हॉल्यूम क्रमांक असेल तर त्याच्या क्रमांकासह स्रोत लक्षात घेऊन सुनिश्चित करा. कारण संशोधन विषयात कल्पना वापरून संपवली तरी तळटीप किंवा एंडनोटमध्ये ठेवण्यासाठी स्रोतांची माहिती तुमच्याकडे राहते.

जर एखाद्या पुस्तकातून एखादी गोष्ट स्वत:च्या शब्दांत न टाकता त्याची थेट कॉपी केली तर त्याला अवतरण चिन्ह ठेवा कारण तुम्हाला कळेल की ते अचूक अवतरण आहे. यामुळे साहित्यिक चोरी टाळण्यास मदत होते.

ढोबळ मसुदा लिहिण्यापूर्वी बनविलेली नोटकार्डे उपमुद्द्यांच्याद्वारे व्यवस्थित करा आणि बाह्यरेखा बनवा.

४) **आपल्या कल्पनांचे आयोजन करा :** गोळा केलेल्या माहितीचा वापर करून आपल्या कल्पनांच्या आयोजनासाठी बाह्यरेखा तयार करा. बाह्यरेखा तुमच्या मुख्य कल्पना आणि तुम्ही त्यांच्याबद्दल कोणत्या क्रमाने लिहिणार आहात ते दर्शवतात. सर्व मुख्य कल्पना लिहून त्यांच्या खाली गौण कल्पनांची

यादी करा. हे करत असताना कल्पनांची पुनरावृत्ती टाळा.

५) **पहिला मसुदा लिहा :** प्रत्येक विषयाचे तीन भाग पडतात ते म्हणजे परिचय, मुख्यभाग आणि निष्कर्ष. प्रस्तावना हा पहिला परिच्छेद असतो. हे सहसा विषयाबद्दल सामान्य विधानाने सुरू होऊन मुख्य कल्पनेच्या अधिक विशिष्ट विधानासह समाक होते.

- प्रस्तावनेचा हेतू म्हणजे वाचकांना विषय समजला पाहिजे. आपल्या दृष्टिकोनाबद्दल माहिती झाली पाहिजे आणि वाचकाची उत्सुकता जागृत होऊन विषयाबद्दल आवड निर्माण झाली पाहिजे.
- मुख्यभाग प्रस्तावनेचे अनुकरण करतो. यात अनेक परिच्छेद असून ज्यामध्ये तुम्ही तुमच्या कल्पनांचा तपशीलवार विकास करता.
- निष्कर्ष हा शेवटचा परिच्छेद असून त्याचा हेतू म्हणजे ठरावीक उदाहरणे सोडून मुद्दे सारांशित केली जातात आणि मुख्य कल्पना सारांशरूपाने पुन्हा सांगितली जाते.

६) **स्रोतांचे दस्तऐवज करण्यासाठी तळटिपा किंवा एंडनोट वापरा :** परिचय, मुख्य भाग आणि निष्कर्ष यासह पहिला मसुदा लिहीत असताना आपल्या कल्पनांना समर्थन देण्यासाठी आपल्या नोटकार्डवर माहिती किंवा कोटेशन जोडले पाहिजे. माहितीचे हे स्रोत ओळखण्यासाठी जर तळटीप वापरली तर तुम्ही ज्या माहितीचे दस्तऐवजीकरण करत आहात त्याच पानावर ती नोट पृष्ठाच्या तळाशी दिसेल. एंडनोट वापरत असाल तर ती नोंद इतर सर्व नोट्ससह अहवालाच्या शेवटी स्वतंत्र पानावर ग्रंथसूचीच्या आधी दिसेल.

७) **ग्रंथसूची लिहा :** आपल्या अहवालासाठी माहिती मिळविण्यासाठी वापरलेल्या स्रोतांची सूची ही ग्रंथसूची आहे. ही सूची अहवालाच्या शेवटी समाविष्ट केली जाते. आपण वाचन करताना व नोट्स घेताना वापरलेल्या प्रत्येक पुस्तकाचा, लेखांचा मागोवा घेतल्यास अंतिम ग्रंथसूची तयार करणे सोपे जाते. प्रत्येक स्रोतासाठी संपूर्ण शीर्षक, लेखक, प्रकाशनाचे स्थळ, प्रकाशक आणि प्रकाशनाची तारीख लक्षात घेणे आवश्यक आहे.

ग्रंथसूचीमध्ये प्रथम लेखकाचे आडनाव, पुस्तकाचे शीर्षक, ठिकाण, प्रकाशक आणि प्रकाशन तारीख.

उदा. खरे ग. ह., संशोधकाचा मित्र, भारत इतिहास संशोधक मंडळ प्रकाशन, १९६०

८) **पहिल्या मसुद्याची उजळणी :** मसुद्याची उजळणी करताना आपला मसुदा

दोन दिवस बाजूला ठेवण्याचा प्रयत्न केला पाहिजे कारण असे केल्याने आपले कार्य वस्तुनिष्ठपणे पाहणे किंवा समस्या पाहणे सोपे होते.

मसुद्यात सुधारणा करताना कल्पनांचा पुनर्विचार करणे, युक्तिवाद, परिच्छेदांची पुनर्रचना, वाक्यांचे पुनर्रलेखन यांचा समावेश आहे. आपल्या दाव्यांना समर्थन देण्याकरिता जास्तीचे पुरावे देणे किंवा अनावश्यक असणारी बाब बाजूला काढणे महत्त्वाचे असते.

९) **अंतिम मसुद्याचे प्रुफरिडींग करणे :** अंतिम मसुदा तयार झाल्यानंतर त्यातील चुकीचे शब्द, विरामचिन्हे इ. सारख्या चुका बघितल्या पाहिजेत.

सांख्यिकी (डेटा) माहिती (Statistical Data) :

मानवी वर्तणुकीच्या अभ्यास, विश्लेषण व निर्वाचन या सर्व बाबींचा सामाजिकशास्त्रांच्या अभ्यासाचा विषय आहे. सांख्यिकी हे एक शास्त्र आहे कोणत्याही सामाजिक घटनांचा सखोल अभ्यास करण्यासाठी सांख्यिकीची मदत होत असते. सांख्यिकी पद्धतीचा ऐतिहासिक दृष्टिकोनातून उपयोग केला जातो. कार्य-कालच्या संदर्भात निरनिराळ्या नियमांचे आणि सिद्धांताचे प्रतिपादन करणे हे ऐतिहासिक संशोधन विषयीचा भाग आहे. ऐतिहासिक घटनांच्या संबंधित तथ्यांचे संकलन करणे. तथ्यांचे वर्गीकरण करणे आणि सारणीकरण करून साधे आणि सरळ अभ्यास करण्यासाठी सांख्यिकीचा उपयोग केला जातो.

ऐतिहासिक संशोधन अधिकाधिक वस्तुनिष्ठ व्हावे याकरिता त्यामध्ये सांख्यिकीचा मोठ्या प्रमाणात वापर करण्याला सुरुवात झाली. गुणात्मक गोष्टी या संख्यात्मक पद्धतीने मांडणी करण्यासाठी विविध 'सांख्यिकीय पद्धतींचा' वापर होत असे. मानवी प्रवृत्ती, अभिवृत्ती, विचार, विकार, मते, भावना, प्रेम, वर्तणूक यांसारखी अमूर्त व अव्यक्त असलेल्या गुणात्मक घटकांविषयी स्पष्टीकरण करण्यासाठी वेगवेगळ्या सांख्यिकीय पद्धतींचा वापर होत आहे. सांख्यिकीय पद्धतींचा स्वीकार केल्याशिवाय संशोधनात्मक अभ्यासाला पूर्ण स्वरूप येत नाही. अशाप्रकारचा विचार व्यक्त केला जातो.

संशोधनास सुरुवात करण्यापूर्वी संशोधनाचा आराखडा तयार करावा लागतो. या संशोधन आराखड्यामध्ये संशोधनाची पार्श्वभूमी, उद्देश, गृहीतक, संशोधन पद्धती, माहिती संकलन, स्वरूप, व्याप्ती इत्यादींचा समावेश असतो. संशोधन हे माहिती संकलनावर अवलंबून असते आणि त्यासाठी संख्याशास्त्राचा उपयोग महत्त्वाचा असतो. यामुळे संशोधन काटेकोर व वस्तुनिष्ठ होण्यास मदत होते. प्रा. गिडींग्ज यांच्या मते, ''संपूर्ण संशोधन कार्य हे कपाटासारखे आहे. ज्याप्रमाणे कपाटाला वेगवेगळे कप्पे

असतात आणि ते कप्पे मिळून कपाट तयार होते. त्याचप्रमाणे संशोधनाची पार्श्वभूमी, संशोधनाचे उद्देश, गृहीतक, माहितीचे संकलन, स्वरूप आणि व्याप्ती माहितीचे विश्लेषण, संशोधनाचा अहवाल इ. बाबी या कपाटातील प्रत्येक कप्प्यासारख्या आहेत''. यावरून आपल्या लक्षात येईल की माहिती संकलन व विश्लेषण यांसारखी संख्याशास्त्रे किती महत्त्वाची आहेत.

सांख्यिकीचा अर्थ :

इंग्रजी भाषेतील statistics या शब्दाला मराठीमध्ये 'सांख्यिकीय' असे म्हणतात. इंग्रजीतील state शब्दापासून statistics या शब्दाची निर्मिती झाली. लॅटिन भाषेमध्ये state ला status आणि statisticus ला statisto म्हणून संबोधिले जाते. वरील शब्द हे राजकारणाशी संबंधित असल्याने सुरुवातीच्या कालखंडात सांख्यिकी हे राजकारणाशी निगडित होते. statistics हा शब्द state शी संबंधातील असल्याने प्राचीन काळामध्ये सांख्यिकी शब्दाचा वापर राजकीय कामासाठी केला जात असावा.

सांख्यिकीच्या व्याख्या :

- **किंगडॉल** म्हणतात, ''नैसर्गिक घटनांच्या संदर्भातील लोकसमूहाच्या लक्षणांचे मोजमाप करून त्यांची माहिती ज्या तंत्राद्वारे संकलित केली जाते. अशा वैज्ञानिक पद्धतीच्या शाखेला सांख्यिकीय पद्धती असे म्हणतात''.
- **रॉबर्ट्स** यांच्या मते, ''जेव्हा ज्ञान किंवा व्यावहारिक परिस्थिती ही अनिश्चित असते तेव्हा जाणतेपणाने निर्णय घेण्यासाठी तथ्यांचे संकलन व विश्लेषण करणाऱ्या विविध तंत्राचा समुच्चय म्हणजे संख्याशास्त्रीय सांख्यिकीय पद्धत होय''.
- **लेव्हिट्ट** म्हणतात, ''माहितीचे संकलन, वर्गीकरण, वर्णन व तुलना यांच्याशी संबंधित असणारे शास्त्र म्हणजे संख्याशास्त्र होय.''
- **बाऊले** म्हणतात, ''ज्या सामाजिक घटकात माहितीचे संपूर्ण प्रकटीकरण झालेले असते. त्यांच्या मापनाचे शास्त्र म्हणजे संख्याशास्त्र किंवा संख्यामान पद्धती होय''.

वैशिष्ट्ये :

१) आकडेवारीशी संबंधित असणारे शास्त्र म्हणजे संख्याशास्त्र.

२) संख्याशास्त्रामध्ये वैज्ञानिक पद्धतीचा अवलंब केला जातो.

३) माहिती संकलन, वर्गीकरण, वर्णन, तुलना यांच्याशी संख्याशास्त्राचा संबंध असतो.

४) संख्याशास्त्रात फक्त निर्णय घेतला जात नसून निर्णयासाठी लागणाऱ्या माहिती आणि तथ्यांचे संकलन केले जाते.
५) काटेकोर व वस्तुनिष्ठ निष्कर्ष संख्याशास्त्रामुळे काढता येतात.

सांख्यिकीचे स्वरूप :

उद्दिष्टानुरूप माहिती संकलनाचे काम संख्याशास्त्र करते. उपलब्ध माहितीचे योग्य पद्धतीने वर्गीकरण करून तिचा अभ्यास केला जाणे. संख्याशास्त्रानुसार काढलेले निष्कर्ष हे सरासरीवर आधारित असतात माहिती संकलन करताना सर्व स्रोतांचा शास्त्रीय पद्धतीने विचार केला जातो. संख्याशास्त्रात वस्तुनिष्ठतेवर भर असतो. तर व्यक्तीनिष्ठतेला महत्त्व दिले जात नाही. ज्या पद्धतीची आकडेवारी त्या पद्धतीचे निष्कर्ष हे संख्याशास्त्राचे मूलभूत तत्त्व आहे. संख्याशास्त्र हे वस्तूस्थितीशी संबंधित माहिती जमा करते. संख्याशास्त्र ही स्वतंत्र संशोधन पद्धती नाही. त्यामुळे संशोधन करताना संशोधकाने ही बाब लक्षात घेतली पाहिजे.

सांख्यिकी पद्धतीच्या प्रमुख पायऱ्या

१) साधन संग्रह : संशोधकाचा अभ्यासविषय ठरल्यानंतर त्यासंबंधित अभ्यासासंदर्भात माहिती जमा करावी लागते. ही संख्याशास्त्रातील पहिली अवस्था समजली जाते.
२) साधन संस्करण : ऐतिहासिक माहितीचे संकलन केल्यानंतर त्या माहितीची विविध पद्धतीने पडताळणी करावी लागते. यामुळे ऐतिहासिक संशोधनामध्ये निश्चितपणा येतो.
३) संक्षिप्त निवेदन : संख्याशास्त्रातील पद्धतीतील ही महत्त्वाची अवस्था समजली जाते.

सांख्यिकीचे महत्त्व :

ऐतिहासिक संशोधनामध्ये सांख्यिकीचे महत्त्व खालीलप्रमाणे–

१) सांख्यिकीमुळे कठीण तथ्यांना सरळपणे मांडता येते.
२) गुणात्मक तथ्यांना संख्यात्मक रूप देण्यात येते.
३) जमा केलेल्या तथ्यांचे विश्लेषण करून त्याच्यावर आधारित निष्कर्ष काढला जातो.
४) निष्कर्षाचे विस्तारित विवेचन करण्यासाठी मदत होते.
५) तथ्यांचे तुलनात्मक पद्धतीने अभ्यास करता येतो.

६) सांख्यिकीय पद्धतीमुळे विषयाच्या संदर्भात सामान्य नियम आणि सिद्धांताची मांडणी करता येते.

७) ऐतिहासिक संशोधनातील माहितीला, तथ्यांना आणि आकडेवारीला सांख्यिकीय पद्धत लागू केल्याने संशोधनामध्ये वस्तुनिष्ठता येते.

८) सांख्यिकीयमुळे ऐतिहासिक संशोधन कार्यासाठी योग्य गृहीतके निर्माण करता येतात.

९) सांख्यिकीयमुळे ऐतिहासिक समस्यांची उकल होते.

१०) संशोधकाने एकत्रित केलेली तथ्ये व्यवस्थितपणे मांडणी केल्यानंतरच आपणाला निष्कर्षापर्यंत जाता येत नाही.

११) सांख्यिकीय पद्धत तुलनात्मक अभ्यासाची सरळ पद्धत आहे.

संख्यिकीय पद्धतीच्या मर्यादा :

संशोधकास आपल्या संशोधनात वस्तुनिष्ठता ठेवण्यासाठी संख्याशास्त्र उपयुक्त ठरत असते. तरी काही मर्यादाही पडतात.

१) प्रातिनिधिक नमुना निवडीचा प्रश्न.

२) आवश्यक आकडेवारीचे संकलन.

३) निष्कर्ष सरासरी घटनांना लागू होतात.

४) दोन गटात परस्पर संबंध आहेत किंवा नाही सांगणे कठीण होते.

५) घटनांचा गुणात्मक अभ्यास करणे शक्य होत नाही.

६) घटनांची कारणे समजणे अशक्य असते.

मूल्यमापन :

संख्याशास्त्र हे स्वतंत्र पद्धती नसून माहिती संकलन, वर्गीकरण, वर्णन आणि तुलना यांच्याशी संबंधित असल्याने ही बाब संशोधनाने लक्षात ठेवली पाहिजे. यामध्ये दोन किंवा अधिक घटकांशी आणि घटनांशी संबंधित माहितीचे संकलन केले जाते. संशोधकाने संशोधन विषयाशी संबंधित माहिती संकलन करताना संशोधनासंबंधी सिद्धांत व संकल्पना प्रथम अभ्यासल्या पाहिजेत.

थोडक्यात, संशोधनशास्त्र हे संशोधनात माहिती संकलनासाठी महत्त्वाची भूमिका बजावणे. संशोधकाने वस्तुनिष्ठ दृष्टिकोनातून माहितीचे विश्लेषण केल्यास संख्याशास्त्राला असणाऱ्या मर्यादा बाजूला होऊन जास्तीतजास्त उपयुक्त तंत्राचा उपयोग होऊन संशोधकास वस्तूनिष्ठ संशोधन करता येते.

निष्पत्ती/परिणाम (Outcomes) :

आधुनिक जगात विज्ञान म्हणजेच शास्त्राला विशेष महत्त्व आहे. विज्ञानामुळे मानवाचा सर्वांगीण विकास झाला आहे. मानवाच्या ज्ञानशाखा रुंदावल्या असून भूतकाळाचा शोध घेताना तो सत्यापर्यंत नेला पाहिजे. यासाठी ऐतिहासिक सत्य बाहेर काढण्यासाठी त्याचा शास्त्रीय पद्धतीने अभ्यास केला जातो. मानव एखाद्या गोष्टीच्या कुतूहलापोटी किंवा ज्या गोष्टीबद्दल अनभिज्ञ आहे, त्याचे ज्ञान मिळविण्यासाठी सतत प्रयत्न करीत असतो. हे ज्ञान मिळवताना किंवा ऐतिहासिक सत्य शोधताना एका विशिष्ट पद्धतीचा अवलंब करावा लागतो, तिलाच वस्तुनिष्ठ किंवा वैज्ञानिक पद्धत म्हणतात. कार्ल विटार्सन म्हणतात की, ''सत्याकरिता कोणताही लघुमार्ग नाही. विश्वाचे ज्ञान प्राप्त करण्याकरिता शास्त्रीय पद्धतीच्या मार्गाशिवाय दुसरा मार्ग नाही.'' याचाच अर्थ इतिहासलेखन किंवा संशोधन करताना वैज्ञानिक पद्धतीचा अवलंब केला पाहिजे. तरच ऐतिहासिक सत्य बाहेर काढणे शक्य होते.

शास्त्रीय दृष्टिकोनातून ऐतिहासिक संशोधन करताना ऐतिहासिक साधने प्राथमिक व दुय्यम साधने, लिखित व अलिखित साधने यांचा शोध घेऊन त्यांची सत्यता पडताळावी लागते. ही सत्यता पडताळताना संशोधकास संशोधनातील विविध पायऱ्यांचा वापर करावा लागतो. यामध्ये अंतर्गत परीक्षण, बर्हिगत परीक्षण, विषयाची निवड, विषयाची मांडणी या सर्व बाबी कराव्या लागतात. इतिहासलेखन शास्त्राची ओळख याद्वारे विद्यार्थी व संशोधकांना मार्गदर्शन होते.

इतिहास लेखन साक्षरता : विद्यार्थी इतिहास लेखन क्षेत्रामध्ये संशोधन करण्यास व सामील होण्यास तयार होतो.

विकसित विचार : संशोधन करताना विद्यार्थ्यांच्या विचार शक्तीला चालना मिळते. विचार विकसित होऊन नवी दिशा प्राप्त होते.

संशोधन कौशल्य : संशोधन विषय निवड, संबंधित विषयाची साधने शोधणे, साधनांचा अभ्यास करणे, अंतरंग व बर्हिगत परीक्षण करणे इत्यादींमुळे संशोधन कौशल्याचा विकास होतो.

लेखन कौशल्य : संशोधनासाठी विषय निवडल्यानंतर संबंधित विषयाच्यासाठी जमा केलेल्या साधनांची जुळवाजुळव करून साधनांचा अभ्यास करून ऐतिहासिक सत्य शोधून ते समाजासमोर लिखित स्वरूपात मांडण्याचे लेखन कौशल्य प्राप्त होते.

बौद्धिक विकास : ऐतिहासिक किंवा सामाजिक संशोधन करताना संशोधकास अनेक स्रोतांचा अभ्यास करावा लागतो. हा अभ्यास करताना संशोधकास चौफेर वाचन व मनन करावे लागत असल्याने बौद्धिक विकास घडून येतो.

संदर्भग्रंथांची यादी (Bibliography) :

इतिहासाच्या संशोधन ग्रंथास किंवा प्रबंधास संदर्भग्रंथांची यादी जोडलेली असते. संदर्भग्रंथांची यादी तयार करणे हे एक स्वतंत्र व वेगळे तंत्र नाही. सकृत्‌दर्शनी असे निदर्शनास येते की संदर्भसूची किंवा यादी म्हणजे संशोधकाने कोणते ग्रंथ अंमलात आणले आहेत याची एक यादी होय.

साधारणपणे सत्यदेखील तसेच असते. कारण ही यादी का देण्यात येते अथवा देणे किती क्रमप्राप्त आहे आदी प्रश्न उपस्थित होतात. सर्वसामान्यपणे संशोधक ज्यावेळी अशाप्रकारची यादी देतो त्यावेळी त्याला आपण किती ग्रंथांचा उपयोग करून घेतला हे दाखवावयाचे असतेच. परंतु, त्याचबरोबर जर काही प्रमाणात शंका उपस्थित होण्यासारख्या असतील तर त्याने निरसन करण्यासाठी कोणत्या स्वरूपाची संदर्भसाधने वापरणे जिकिरीचे आहे, याचेदेखील मार्गदर्शन अशा संदर्भसूचीमधून करता येते. संदर्भग्रंथांची वर्गवारी प्रामुख्याने चार प्रकारात केली जाते.

१) ज्यामध्ये महत्त्वाची संदर्भ साधने आहेत अशी.
२) ज्यामध्ये सर्व ग्रंथांची नोंद केली आहे, अशी.
३) ज्यामध्ये सर्व ग्रंथांचा मागोवा घेतला आहे अशी.
४) विषयाशी संबंधित अशा ग्रंथांची यादी.

१) सर्वसाधारण २) सटीक

वरीलपैकी सर्वसाधारणपणे संदर्भग्रंथांच्या यादीवर टीका-टिप्पणी करण्याचे काहीही कारण नाही. सटीक अशा संदर्भग्रंथांच्या यादीमध्ये मात्र काही ना काही टीका करणे गरजेचे असते. वर दिलेल्या चार वर्गवारींपैकी पहिल्या प्रकाराला 'निवडक संदर्भग्रंथांची यादी' असे म्हणतात. तर चौथ्या प्रकाराला 'सर्वसमावेशक संदर्भग्रंथांची यादी' म्हणूनही संबोधिले जाते.

संदर्भसाधनांची व ग्रंथांची यादी करताना पहिल्यांदा लिखाणात वापरलेल्या संदर्भग्रंथांची वर्गवारी करण्यापूर्वी त्यांची विभागणी प्राथमिक संदर्भसाधने व दुय्यम संदर्भसाधने अशी केली जाते. त्यानंतर या प्राथमिक अप्रकाशित आणि दुय्यम संदर्भसाधनांची पुन्हा वर्गवारी प्राथमिक प्रकाशित व प्राथमिक अप्रकाशित आणि दुय्यम प्रकाशित आणि दुय्यम अप्रकाशित अशा पद्धतीने केली जाते. अशा प्रकारे संदर्भसाधनांची एक ढोबळ वर्गवारी केल्यानंतर आपल्या संशोधनाला अनुसरून संदर्भ साधनांची वर्गवारी करणे जरुरीचे असते. उदा. इतिहासातील संदर्भसाधनांची वर्गवारी करत असताना जर आपणाला महसूल पद्धतीवर प्रकाश टाकावयाचा असेल तर या महसूलाविषयक प्राथमिक व दुय्यम आणि प्रकाशित व अप्रकाशित असे विभाग

पाडावे लागतात. तदूनंतर जर ही संदर्भसाधने एकाच भाषेतील असतील तर काहीच प्रश्न नाही परंतु साधने जर निरनिराळ्या भाषांमधून असतील तर प्रत्येक भाषेची यादी करणे आवश्यक आहे. उदा. मराठ्यांचा महसूल व्यवस्थेवरील इंग्रजी साधने, मराठी साधने, संस्कृत साधने इत्यादी. काही वेळा संदर्भ साधनेही अलिखित स्वरूपाचीदेखील असतात. त्यावेळी अशा साधनांची वर्गवारी करावी लागते. बऱ्याच वेळा एखाद्या विषयावर निरनिराळ्या नियतकालिकांमधून लेख आलेले असतात. तेव्हा अशा नियतकालिकांची विषयानुसार यादी करण्याची गरज असते. ज्यावेळेला संदर्भ साधनांची यादी तयार झाली म्हणजे त्याला अनुक्रम देण्याची आवश्यकता नाही.

अशा पद्धतीने जी यादी तयार होते तिला Dictionary Catalogue असे संबोधिले जाते. ही सर्व यादी आद्याक्षरानुसार केलेली असते. बऱ्याच वेळा सर्वसामान्य संदर्भग्रंथसूची (General Bibliography) या नावाखाली देतात. त्यावेळी त्याचा उद्देश अभ्यासू लोकांमध्ये उत्साह निर्माण करावा हाच हेतू असतो. त्यामध्ये प्रामुख्याने आद्याक्षराची अट बंधनकारक नसते. विषयानुसारच ग्रंथाची यादी तयार केलेली असते. अशाप्रकारची एक आदर्श यादी History of Ancient India या ग्रंथात डॉ. आर.एम.त्रिपाठी यांनी General Bibliography या शीर्षकाखाली दिली आहे. तिच्या सुरुवातीलाच त्यांनी पुढील सूचना केलेली आहे.

संदर्भग्रंथांची ही यादी संशोधकाच्या मनामध्ये एक प्रकारची जिज्ञासा निर्माण झाली पाहिजे, या विशिष्ट हेतूने तयार केली आहे. त्याचप्रमाणे या ग्रंथात ज्या संदर्भसाधनांचा वापर केला गेला नाही अशांचीदेखील यादी आहे.

संदर्भग्रंथांची यादी देत असताना काही तंत्रे पाळणे महत्त्वाचे आहे.

१) सुरुवातीला लेखकाचे आडनाव नंतर नाव, जर लेखक हा अनुवादक (Tr.) असेल तर त्याठिकाणी अनुवादक असे लिहावे. जर संपादक असेल तर संपादक (Ed.) असे लिहावे.
२) त्यानंतर पुस्तकाचे नाव लिहावे व स्वल्पविराम द्यावा.
३) त्याच्यापुढे आवृत्तीचा क्रमांक, खंड क्रमांक, प्रकाशनाचे नाव व शेवटी प्रकाशनाची तारीख द्यावी आणि मग पूर्णविराम द्यावा.

लेखकाचे नाव देत असताना प्रामुख्याने अडचण अशी येते की, काही वेळेला महाराष्ट्रीयांप्रमाणे संपूर्ण नाव लिहिण्याची पद्धत इतर प्रांतीयांची नसते. त्यामुळे अडचण निर्माण होऊ शकते. दक्षिण भारतीय आपले आडनाव लिहीत नाहीत तर सुरुवातीला गावाचे नाव, नंतर आजोबांचे नाव, नंतर वडिलांचे नाव, मग स्वत:चे नाव लिहितात. उदा. (E.A.S. Prasanna) (इरापल्ली अनंत श्रीनिवास प्रसन्न) यांपैकी इरापल्ली हे गावाचे नाव आहे. काहीवेळा फक्त आजोबा व पिता यांचे नाव लिहून स्वत:चे नाव

देण्याची पद्धत रूढ होती. अशा या परिस्थितीत अगदी सावधगिरीने यादी तयार करणे महत्त्वाचे आहे.

जेव्हा दोन लेखक असतात त्यावेळी फक्त पहिल्या लेखकाचे आडनाव सुरुवातीला लिहावे. परंतु, दुसऱ्या लेखकाचे नाव जरी पहिल्यांदा लिहिले तरी चालू शकते. उदा. (Butterworth A & Chetty) ज्यावेळी तीन लेखक एकत्रितपणे असतात. तेव्हा पहिल्याचे आडनाव देऊन नंतर दुसऱ्याचे नाव व आडनाव द्यावे आणि त्याच्यापुढे & या प्रकारची खूण करून तिसऱ्याचे नाव व आडनाव द्यावे. उदा. (Deasai, P.B.S. Ritti), (B. R. Gopal). ज्यावेळी एखाद्याने संपादन केलेले असते तेव्हा त्याचे आडनाव नंतर स्वल्पाविराम मग नाव नंतर (Ed.) अशी खूण करावी. उदा. (Sen S. P. ed.)

जेव्हा अशी यादी तयार केली जाते. तेव्हा त्यातील ग्रंथांची नावे इटॅलिक्स (Italics) मध्ये द्यावीत. उदाहरण (Marwick, Aurther, The Nature of History) यांपैकी (The Nature of History) हा शब्द इटॅलिक्समध्ये लिहावा.

ज्यावेळी एखाद्या ग्रंथाची दुसरी आवृत्ती येत नाही. परंतु, तो ग्रंथ एकापेक्षा जास्त खंडांमध्ये लिहिलेला असतो तेव्हा ग्रंथाच्या नावानंतर खंडाचा क्रमांक लिहावा आणि जर आवृत्तीचा नंबर व खंडाचा नंबर नसेल तर लागलीच ग्रंथांच्या नावानंतर प्रकाशनाच्या ठिकाणाचे नाव देण्यात यावे. उदा. (Bal Krishna, Shivaji the Great, Vol. 1 Bombay : Tarapurwala sons & company 1932) दुसऱ्या प्रकारचे उदाहरण पुढीलप्रमाणे (Saletore, B. A. Social and Political Life in the Vijayanagoa Empire, 2 vols, Madras : B. G. Paul & Company 1934).

संदर्भग्रंथांची यादी व तंत्र वरीलप्रमाणे दिले आहेत ते मुख्यत: भारतामध्ये प्रचलित आहे. याबद्दल डॉ. चिटणीस के. एन. म्हणतात की, संदर्भग्रंथांच्या नोंदी देण्याची जी पद्धत भारतामध्ये सतत वापरात येते. त्यामध्येच काही सुधारणा करून आधुनिक काळात दिलेल्या आहेत. अगोदर अशी पद्धत होती की, प्रकाशनाचे ठिकाण व तारीख यांचीच नोंद केली जात असे. परंतु, अगोदरच्या काळात प्रकाशकाचे नाव घालण्याची पद्धत रूढ झाली. भारतामध्ये ही पद्धत नव्याने रूढ झाली. संदर्भग्रंथातील यादीत तीन नोंदी असतात. लेखक, ग्रंथाचे नाव व प्रकाशनाचा तपशील. भारतीय पद्धतीनुसार प्रत्येक ठिकाणी स्वल्पविराम देण्याची पद्धत अस्तित्वात होती.

संदर्भग्रंथांची यादी कोणत्या तंत्राच्या साहाय्याने केली जाते. याची संपूर्ण माहिती वरील विवेचनावरून घेण्यास हरकत नाही. संदर्भ साधनांची यादी सातत्याने वाढत असते आणि जेव्हा संशोधनाचे काम पूर्णत्वाला येईल, त्याचवेळी ही यादी पूर्ण झाली असे म्हणावयास अडचण नाही. सर्वसाधारणपणे संदर्भग्रंथांची यादी हा बऱ्याच काळ चालणारा एक विषय आहे, हे जाणले पाहिजे.

प्रश्न

१) बहिरंग परीक्षणाविषयी सविस्तर माहिती द्या?

२) ऐतिहासिक कागदपत्रांच्या बहिरंग परीक्षणाविषयी माहिती द्या.

३) कागदपत्राच्या अंतरंग परीक्षणाची माहिती द्या.

४) संशोधन कार्याच्या संघटन विषयी माहिती द्या.

५) ऐतिहासिक सांख्यिकीय पद्धती विषयी माहिती विशद करा.

६) ऐतिहासिक संशोधनातील निष्पत्ती विषयी थोडक्यात माहिती द्या.

७) संदर्भग्रंथ यादीचे विवेचन करा.

संदर्भसूची

मराठी ग्रंथसूची

१) आठवले, सदाशिव, इतिहासाचे तत्त्वज्ञान, प्राज्ञ पाठशाळा.

२) आगलावे, प्रदीप, संशोधन पद्धतीशास्त्र व तंत्रे, विद्या प्रकाशन, नागपूर जाने. २०००

३) इरफान, हबीब, भारतीय इतिहास की प्रमुख व्याख्याएँ, ग्रंथ शिल्पी प्रकाशन, पुणे. १९७४.

४) कऱ्हाडे डॉ., बी. एस., शास्त्रीय संशोधन पद्धती, पिंपळापुरे ॲण्ड पब्लिशर्स, जाने २००५.

५) केतकर, द. वि., इतिहासातील अंत:प्रवाह

६) खरे, जी. एच., संशोधकांचा मित्र, लोकवाङ्मयगृह, मुंबई, १९७६

७) गद्रे, डॉ. प्रभाकर, इतिहास लेखनाच्या परंपरा, मंगेश प्रकाशन, नागपूर, २००४.

८) गायकवाड व इतर, इतिहास लेखनशास्त्र.

९) ढगे डॉ., एस. के. व हासे डॉ. सी. पी., संशोधन पद्धती, के. एस. पब्लिकेशन, पुणे सप्टें २०११

१०) थापर, रोमिला, जमातवाद व भारतीय इतिहासलेखन.

११) देव, प्रभाकर, इतिहास एक शास्त्र, कल्पना प्रकाशन, नांदेड, २००२.

१२) देशपांडे, दि. के., इतिहास विचार तरंग, कॉन्टिनेंटल प्रकाशन, पुणे. १९७४.

१३) नाडगोंडे, डॉ. गुरुनाथ, सामाजिक संशोधन पद्धती, फडके प्रकाशन, कोल्हापूर, १९८६.

१४) पवार, जयसिंगराव, आमच्या इतिहासाचा शोध व बोध, सुमेरु प्रकाशन, डोंबिवली, २००४.
१५) पाटील डॉ., वा. भा., संशोधन पद्धती, प्रशांत पब्लिकेशन, पुणे २००६.
१६) बेंद्रे, वा. सी., साधनचिकित्सा.
१७) मायी, सुनिल डॉ., सामाजिक संशोधन पद्धती, डायमंड पब्लिकेशन्स, पुणे २००८.
१८) मोरवंचीकर, रा. श्री., इतिहास लेखनशास्त्र व इतिहासकार, विद्या बुक्स पब्लिशर्स, औरंगाबाद, १९९९.
१९) व्यास, प्रकाशचंद्र, इतिहास लेखनशास्त्र, अभिजित प्रकाशन, लातूर, १९९९.
२०) सरदेसाई, बी. एन., इतिहास लेखनपद्धती, फडके प्रकाशन, कोल्हापूर, २००४
२१) सातभाई, डॉ. श्रीनिवास, इतिहास लेखनशास्त्र, विद्या बुक्स पब्लिशर्स, औरंगपुरा, औरंगाबाद, २०१५.
२२) सुहास, राजदरेकर, इतिहास लेखनशास्त्र, विद्या प्रकाशन, नागपूर, १९९८

इंग्रजी ग्रंथसूची

1) Bajaj, Satish k., Research methodology in History, New Dehli, Anmol Publication Pvt. Ltd., 2000.
2) Barnes, H. E., History of Historical writing, New York, 1962.
3) Chakravarti Aroop (Editor) Gardiner, History, Historical Thought & Historiography, Pearson, Delhi, 2012. Guide to Historical method.
4) Gooch, G. P., History and Historians of the Nienteenth century, London, 1952.
5) Reiner, G. P., History its purpose and method.
6) R. C. Mujumdar and A. N. Shrivastav, Historiography, Surjeet Book Depot. Delhi 1975.
7) Sen S. P. (Editor), Historians and Historigraphy in modern India, 1976.
8) Willams, C. H., Modern Historians.